പുസ്തകം 12

എ വി കുഞ്ഞമ്പു

a v kunjambu

•

payyannoor kunjiraman

•

first edition
october 2015

•

typesetting
star communications, thiruvananthapuram

•

published
chintha publishers, thiruvananthapuram

•

•

cover
vinod

•

വിതരണം

ദേശാഭിമാനി ബുക്ക് ഹൗസ്

H O തിരുവനന്തപുരം-695 035
phone: 0471-2303026, 6063026
www.chinthapublishers.com
chinthapublishers@gmail.com

ബ്രാഞ്ചുകൾ

ഹെഡ്ഡാഫീസ് ബ്രാഞ്ച് കുന്നുകുഴി • സ്റ്റാച്യു തിരുവനന്തപുരം • കെ എസ്
ആർ ടി സി ബസ് സ്റ്റേഷൻ ആലപ്പുഴ • കെ എസ് ആർ ടി സി ബസ്
സ്റ്റേഷൻ എറണാകുളം • മച്ചിങ്ങൽ ലെയിൻ തൃശൂർ • ഐ ജി റോഡ് കോഴി
ക്കോട് • മാവൂർ റോഡ് കോഴിക്കോട് • എൻ ജി ഒ യൂണിയൻ ബിൽഡിങ്
കണ്ണൂർ • സെൻട്രൽ ബസ് ടെർമിനൽ കോംപ്ലക്സ് താവക്കര കണ്ണൂർ

CO - NS 12 / 2260 / 3743

എ വി കുഞ്ഞമ്പു

പയ്യന്നൂർ കുഞ്ഞിരാമൻ

ചിന്ത പബ്ലിഷേഴ്സ്
തിരുവനന്തപുരം-695 035

പയ്യന്നൂർ കുഞ്ഞിരാമൻ

പയ്യന്നൂരിൽ മഹാദേവഗ്രാമത്തിനടുത്ത രാമനാത്ത് വീട്ടിൽ ജനനം. പ്രാഥമികവിദ്യാഭ്യാസം കഴിഞ്ഞ് തൊഴിലാളിയായി. പ്രൈവറ്റായി പഠിച്ച് ബിരുദങ്ങൾ നേടി. ഹൈസ്കൂൾ അദ്ധ്യാപകനായി. തളിപ്പറമ്പ് മൂത്തേടത്ത് ഹൈസ്കൂളിൽ നിന്ന് വിരമിച്ചു. പുരോഗമനകലാസാഹിത്യസംഘം സംസ്ഥാന കമ്മിറ്റിയംഗമാണ്. സാക്ഷരതാമിഷൻ എക്സി ക്യൂട്ടീവ് അംഗമായും പ്രവർത്തിച്ചു. വിവർത്തനം, ചരിത്രം, ജീവചരിത്രം, ബാലസാഹിത്യം തുടങ്ങിയ മേഖലകളി ലായി 57 കൃതികൾ പ്രസിദ്ധീകരിച്ചിട്ടുണ്ട്. 2005 ൽ അബു ദാബി ശക്തി അവാർഡ് ലഭിച്ചു.

ചിന്ത പുറത്തിറക്കിയ കൃതികൾ: *ചാർവാകൻ (നോവൽ), പിറവി, നിരഞ്ജനയുടെ കഥകൾ, കാവേരി എന്റെ രക്തം (വിവർത്തനം), ഒരേയൊരു പി ജി – ജീവചരിത്രം, ഒറ്റക്കാ ലൻ ഞണ്ട്, ഏലംകുളത്തെ കുഞ്ചു, എനിക്കും വേണം സ്വാതന്ത്ര്യം, കളിയാട്ടക്കഥകൾ, കൃതികൾ കഥകൾ, കുട്ടി കളുടെ നായനാർ, പുരാണത്തിലെ അമ്മമാർ, പുരാണ ത്തിലെ കുട്ടികൾ, ബീർബലിന്റെ തമാശകൾ, ഇ എം എസ് കഥകൾ (ബാലസാഹിത്യം).*

ഭാര്യ	:	സത്യഭാമ എ കെ
മക്കൾ	:	സബിത, സൂരജ്
വിലാസം	:	'ശ്രീഹരി'
		ചാലക്കോട് പി ഒ
		പയ്യന്നൂർ – 670307
		കണ്ണൂർ ജില്ല
ഫോൺ	:	9447209774

ഉള്ളടക്കം

എ വി കുഞ്ഞമ്പു
(1908– 1980)

പ്രസാധകക്കുറിപ്പ്

ഇന്നത്തെ കേരളം ഒരു സുപ്രഭാതത്തിൽ ഉണ്ടായതല്ല. സഹസ്രാ ബ്ദങ്ങളുടെ ചരിത്രമുണ്ട് അതിന്. ഇരുപതാം നൂറ്റാണ്ടിന്റെ പകുതിവരെ ജന്മിനാടുവാഴിത്തത്തിന്റെ അധീശത്വവും അധികാരവുമാണ് കേരളത്തി ലുണ്ടായിരുന്നത്. വ്യവസായവല്ക്കരണവും യുക്തിചിന്തയും കേരളീയ ജീവിതത്തിൽ വിവിധകാലങ്ങളിൽ ഗണനീയമായ പരിവർത്തനമുണ്ടാ ക്കിയിട്ടുണ്ട്. വിദേശീയരുമായുള്ള കേരളീയരുടെ സമ്പർക്കം ആരംഭി ച്ചത് ആയിരക്കണക്കിന് വർഷങ്ങൾക്കുമുമ്പാണ്. കേരളത്തിന്റെ സുഗ ന്ധദ്രവ്യങ്ങൾക്കുവേണ്ടിയുള്ള മത്സരം യൂറോപ്യന്മാരുടെ ഭൂപരമായ കണ്ടെത്തലുകൾക്ക് കാരണമായിരുന്നു. ബി സി 3000 മുതൽ സുഗന്ധ ദ്രവ്യങ്ങൾക്കുവേണ്ടിയുള്ള ഈ പര്യവേക്ഷണങ്ങൾ ആരംഭിച്ചിരിക്കണം. സഹ്യപർവ്വതത്തിന്റെ പടിഞ്ഞാറുഭാഗത്തായി മലനിരകളും ഇടനാടും സമതലവും ചേർന്ന ഈ പ്രദേശം എക്കാലത്തും വ്യത്യസ്തമായ ഒരു പ്രദേശമായിരുന്നു. നാനാജാതിമതങ്ങൾക്ക് താവളവും അഭയവുമായി രുന്നു കേരളം.

ആധുനിക കേരളത്തിന്റെ ഭാവരൂപങ്ങൾ രൂപപ്പെടുത്തിയ അനേകം മഹാവ്യക്തിത്വങ്ങളുണ്ട്. അവർ ജീവിച്ച കാലഘട്ടവുമായി സംഘർഷ ത്തിലേർപ്പെട്ട് ഉയർന്നുവന്നവരാണവർ. അവരിൽ ഭരണാധികാരികളുണ്ട്, കലാകാരന്മാരുണ്ട്, സാഹിത്യകാരന്മാരുണ്ട്, ദാർശനികരും രാഷ്ട്രമീമാം സക്കാരുമുണ്ട്.

ഒരു കാര്യം സുവ്യക്തമാണ്. ഇന്ത്യാ രാജ്യത്തിന്റെ ഏറ്റവും തെക്കെ അറ്റത്തുള്ള ഈ ഭൂപ്രദേശം നീതിമാന്മാരെ വരിക്കാൻ എല്ലായ്പ്പോഴും സന്നദ്ധമായിട്ടുണ്ട്. മഹാബലിയെ സ്വന്തം രാജാവായി വരിക്കാൻ മല യാളദേശം സന്നദ്ധമായെന്ന കഥ തീർച്ചയായും നീതിമാന്മാരെ അംഗീ

കരിക്കുന്ന ഒരു ജനസംസ്കാരത്തിൽ നിന്നുള്ള ഉപലബ്ധിയാണ്. നീതി ക്കുവേണ്ടിയുള്ള ഈ ദാഹത്തിൽ നിന്നാണ് കേരളം വിദേശവാഴ്ച ക്കെതിരെ ആയുധമെടുത്തത്, പിന്നീട് സ്വന്തം മനസ്സുകളുടെ ഇരുൾ ക്കയങ്ങളിലേക്ക് നൂതനചിന്തയുടെയും, സമരത്തിന്റെയും പ്രകാശരശ്മി കൾ ഏറ്റുവാങ്ങിയത്. നവോത്ഥാനത്തിലേക്ക് കേരളം നയിക്കപ്പെട്ടത് ഇങ്ങനെയാണ്.

ഇരുപതാം നൂറ്റാണ്ടിലെ കേരളം തിളച്ചുമറിയുന്ന ഒരു പാത്രം പോലെയായിരുന്നു. രാഷ്ട്രീയമുന്നേറ്റങ്ങളും പോരാട്ടങ്ങളും കേരളീയ ജീവിതത്തിന്റെ സ്വാഭാവികമായ അവസ്ഥയായി മാറി. പഴമയുടെ കാവൽക്കാരായ നാടുവാഴി-ഭൂപ്രഭുവർഗ്ഗത്തിനെതിരെ മാനസികവും ഭൗതികവുമായ പോരാട്ടങ്ങളുണ്ടായി. ഇത് കേരളീയരുടെ ഭൗതിക ജീവി തത്തെ മാത്രമല്ല, മാനസിക ജീവിതത്തെയും മാറ്റിമറിച്ചു. കവിതയിലും (സാമാന്യമായി സാഹിത്യത്തിലും) ചിന്തയിലും രാഷ്ട്രീയ പ്രവർത്തന ത്തിലുമെല്ലാം ഈ മാറ്റം പ്രകടമായിരുന്നു.

ഈ പരിവർത്തനങ്ങൾക്ക് രൂപം നല്കിയവരെയാണ് 'നവകേരള ശില്പികൾ' എന്ന പരമ്പരയിലൂടെ ചിന്ത പരിചയപ്പെടുത്തുന്നത്. നമ്മുടെ അറിവും ഉറവും നിർണ്ണയിക്കുന്നതിൽ നവകേരളശില്പികൾ വലിയ പങ്കു വഹിച്ചു. അവരുടെ ചരിത്രം അറിയുന്നത് കേരളീയ ജീവിതം മുന്നോട്ടു കൊണ്ടുപോവുന്നതിനുള്ള ഒരു മുന്നുപാധിയാണ്. നവകേരളശില്പികൾ എന്ന പരമ്പരയിലെ ഓരോ പുസ്തകവും ഈ ദൗത്യം നിർവ്വഹിക്കു ന്നുണ്ട്.

ശ്രീ. പ്രദീപ് പനങ്ങാടാണ് ഈ പരമ്പരയുടെ എഡിറ്റർ. അദ്ദേഹ ത്തിനും പരമ്പരയിലേക്ക് പുസ്തകങ്ങൾ തയ്യാറാക്കുന്ന എഴു ത്തുകാർക്കും ചിന്ത പബ്ലിഷേഴ്സ് കൃതജ്ഞത അറിയിക്കുന്നു.

ചിന്ത പബ്ലിഷേഴ്സ്

നവോത്ഥാന സമരത്തിന്റെ പാഠപുസ്തകം

ആധുനിക രാഷ്ട്രീയ കേരളം പാഠപുസ്തകമാക്കേണ്ട ജീവിത മാണ് എ വി കുഞ്ഞമ്പുവിന്റേത്. മൂല്യാധിഷ്ഠിതമായ സാമൂഹിക പ്രവർത്തനവും ത്യാഗോജ്ജ്വലമായ രാഷ്ട്രീയ പോരാട്ടവുംകൊണ്ട് തില ക്കമാർന്നതാണ്. ആ ജീവിതപ്പാത. ഒരു ചെറിയ സമൂഹത്തിന്റെ പുരോ ഗതിയെ ലക്ഷ്യമാക്കി പ്രവർത്തനം തുടങ്ങിയ അദ്ദേഹം ഒരു ജനതയുടെ ആകെ വിമോചനത്തിനായി യത്നിച്ചു. പുതിയൊരു കേരളം സാദ്ധ്യമാ ക്കുന്ന നവോത്ഥാന സമരത്തിന്റെ മുന്നണിപ്പോരാളികളിലൊരാളായി മാറുകയും ചെയ്തു.

ദേശീയപ്രസ്ഥാനത്തിന്റെ ഭാഗമായാണ് എ വി കുഞ്ഞമ്പു രാഷ്ട്രീയ പ്രവർത്തനം തുടങ്ങുന്നത്. രാഷ്ട്രീയ സ്വാതന്ത്ര്യത്തിനുവേണ്ടി ജന ങ്ങളെ സംഘടിപ്പിക്കുകയും പുതിയൊരു രാഷ്ട്രീയ ബോധം സൃഷ്ടി ക്കാൻ ശ്രമിക്കുകയും ചെയ്തു. കാടകം സമരത്തിൽ അനിഷേധ്യമായ പങ്കുവഹിച്ചു, യുവതലമുറയെ വിപ്ലവബോധമുള്ളവരാക്കി തീർക്കാനായി അഭിനവ ഭാരത് യുവക് സംഘം രൂപീകരിച്ചു. അങ്ങനെ വിവിധ മേഖല കളിലുള്ള പ്രവർത്തനങ്ങളിലൂടെ സജീവ രാഷ്ട്രീയത്തിന്റെ പൊതുധാ രയിലേക്ക് എത്തി. മൊറാഴ സംഭവത്തെ തുടർന്ന് എ വി ഒളിവു ജീവിത ത്തിലേക്ക് കടന്നു. അപ്പോഴും വലിയ രാഷ്ട്രീയ സ്വപ്നങ്ങൾ സാക്ഷാ ൽക്കരിക്കാനുള്ള പ്രവർത്തനങ്ങൾ നടത്തി.

മലബാറിലെ കാർഷിക പ്രക്ഷോഭങ്ങളുമായി ബന്ധപ്പെട്ട് വലിയൊരു സമരജീവിതം തന്നെ എ വി കുഞ്ഞമ്പു നയിച്ചു. ജന്മിത്വത്തിനെതിരായ പോരാട്ടത്തിൽ ഭൂമിയുടെ അവകാശം കൃഷിക്കാർക്ക് തിരിച്ചുനല്കാനുള്ള സമരങ്ങളിൽ നിർണ്ണായകമായ പങ്കുവഹിച്ചു. സംഘടിതമായൊരു കർഷക പ്രസ്ഥാനത്തിന് അടിത്തറപാകി. പില്ക്കാലത്ത് മലബാറിലു

ണ്ടായ വലിയ രാഷ്ട്രീയ മുന്നേറ്റങ്ങൾക്ക് ഇത് പ്രചോദനമായി.

കേരളത്തിലെ കമ്യൂണിസ്റ്റ് പാർട്ടിയുടെ രൂപീകരണം നടന്ന 1939 ഡിസംബറിലെ പിണറായി പാറപ്പുറം സമ്മേളനത്തിൽ എ വി കുഞ്ഞമ്പു പങ്കെടുത്തു. പിന്നീട് കമ്യൂണിസ്റ്റുപാർട്ടിയുടെ ഓരോ നിർണ്ണായകഘട്ട ത്തിലും എ വി പങ്കാളിയായി. പാർലമെന്ററി പ്രവർത്തനങ്ങളിലും വ്യക്തിമുദ്ര പതിപ്പിച്ചു. ജനകീയപ്രശ്നങ്ങൾക്ക് പരിഹാരം കാണാൻ നിയമസഭയ്ക്കുള്ളിൽ പോരാട്ടം നടത്തി. സാംസ്കാരിക ചിന്തകനും എഴു ത്തുകാരനുമെന്ന നിലയിലും എ വി ശ്രദ്ധേയനായി. സവിശേഷമായ ഈ ബഹുമുഖ വ്യക്തിത്വത്തെയാണ് പയ്യന്നൂർ കുഞ്ഞിരാമൻ ഈ പുസ്തകത്തിലൂടെ അവതരിപ്പിക്കുന്നത്. കേരളത്തിലെ ശ്രദ്ധേയനായ നവോത്ഥാന നായകന്റെ സമര ജീവിതം സമഗ്രമായിത്തന്നെ ആവിഷ്ക രിക്കുന്നു. നവകേരളശില്പികൾ പരമ്പരയിൽ ഈ പുസ്തകം ഉൾപ്പെ ടുത്താൻ കഴിഞ്ഞതിൽ അഭിമാനമുണ്ട്. രാഷ്ട്രീയ വിദ്യാർത്ഥികൾക്ക് ഇത് ഒരു പാഠപുസ്തകമായി തീരുമെന്നതിൽ സംശയമില്ല.

പ്രദീപ് പനങ്ങാട്
എഡിറ്റർ
നവകേരള ശില്പികൾ
ജീവചരിത്രപരമ്പര

1

കുണിയൻപുഴക്കരയിലെ പോരാട്ടം

സമരപാതയിലെ സമാനതയില്ലാത്തൊരു നേതാവാണ് എ വി കുഞ്ഞമ്പു. സ്വാതന്ത്ര്യത്തിനായി സദാ നെഞ്ച് കൊടുത്തു നടന്ന ആ നായകന്റെ ജീവിതത്തിലെ ത്രസിപ്പിക്കുന്നൊരേടാണ് കുണിയൻപുഴക്ക രയിലെ പോരാട്ടം. 1946 ഡിസംബർ 20 നാണ് സംഭവമുണ്ടായത്. ദുരിതം പേറുന്ന ജനങ്ങളെ രക്ഷിക്കാൻ സ്വന്തം പ്രാണൻപോലും കുഞ്ഞമ്പു തൃണവൽഗ്ഗണിച്ച് മുന്നേറി. സായുധപൊലീസും ജന്മിഗുണ്ടകളുമടങ്ങിയ മർദ്ദനപ്പടയ്ക്കെതിരെ കുഞ്ഞമ്പുവും ജനങ്ങളും കൈയിൽ കിട്ടിയ ആയു ധങ്ങളുമായി ഏറ്റുമുട്ടി. അദ്ദേഹം കുണിയൻപുഴക്കരയിലെ മിന്നൽപ്പിണ റായി ചീറിയടുത്തു. 'എനിക്കു വേണ്ട ശാന്ത സ്വച്ഛജീവിതം' എന്നദ്ദേഹം പ്രഖ്യാപിക്കുകയായിരുന്നു. അവസാനത്തെ ശ്വാസവും അവസാനത്തെ തുള്ളി രക്തവും ജനങ്ങളുടെ മോചനത്തിനു വേണ്ടി സമർപ്പിക്കണം എന്നാണ് കുഞ്ഞമ്പു ആഗ്രഹിച്ചത്. ആ ആഗ്രഹം അദ്ദേഹം പ്രവൃത്തി പഥത്തിലും കൊണ്ടുവന്നു.

കുണിയനിലേക്ക് പുറപ്പെടുന്നതിന് തൊട്ടുമുമ്പുള്ള രംഗം കുഞ്ഞ മ്പുവിന്റെ പത്നി ദേവയാനി അനുസ്മരിക്കുന്നുണ്ട്: "ഉമിത്തീപോലെ പുകഞ്ഞുകൊണ്ടിരുന്ന ഒരു നാടിന്റെ ഭാവി നിശ്ചയിച്ചുകൊണ്ട് അദ്ദേഹം കഴിഞ്ഞുകൂടിയ നാളുകളാണത്." ഡിസംബർ 18 നും 19 നും അദ്ദേഹ ത്തിന് കലശലായ പനിപിടിച്ചിരുന്നു. ആദ്യം പനിച്ചത് ഭാര്യക്കാണ്. മുന യൻകുന്ന് രക്തസാക്ഷി കെ സി കുഞ്ഞാപ്പുമാസ്റ്റർ വീട്ടിലെത്തി കഷായം വച്ച് കുടിപ്പിച്ചു. മാസ്റ്റർ പൊടിയരിയും കൊണ്ടുവന്നിരുന്നു. അത് കഞ്ഞി വച്ചു. കുഞ്ഞമ്പുവിന് നല്ല ക്ഷീണവും തലവേദനയുമുണ്ടായി. വൈദ്യരെ കണ്ട് നാടൻ മരുന്നു കഴിച്ചു. 20 നു രാവിലെ അല്പം സുഖം തോന്നി. രണ്ടു ദിവസമായി പുറത്തിറങ്ങാതെ. നാട്ടിലെ വിവരമറിയണം. വൈദ്യരെ കണ്ട് വിവരവും പറഞ്ഞ് മരുന്നുവാങ്ങണം.

വൈദ്യരെ കണ്ട് മരുന്നുവാങ്ങിവരവെയാണ് കെ കൃഷ്ണൻ മാസ്റ്റർ ഓടിയെത്തുന്നത്: "എന്താ എന്തുണ്ടായി?" എന്ന് കുഞ്ഞമ്പു ഉദ്വേഗ ത്തോടെ ചോദിച്ചു: "എം എസ് പിയും സംഘവും നെല്ലു കടത്താ നെത്തി;" എന്ന് മാസ്റ്റർ ഒറ്റശ്വാസത്തിലറിയിച്ചു. കുണിയനിൽ പടയെ ത്തിയെന്ന് കുഞ്ഞമ്പു മനസ്സിലാക്കി. ഇനി ആലോചനയിൽ സമയം കള യരുത്. നെല്ല് കടത്തുന്നതിനു മുമ്പ് അത് ചെന്നു തടയണം.

കൃഷ്ണൻ മാസ്റ്ററെയും കൂട്ടി കുഞ്ഞമ്പു വേഗം വീട്ടിലെത്തി. ഭർത്താവ് ധൃതിയിൽ വരുന്നതു കണ്ടപ്പോൾത്തന്നെ ദേവയാനി കാര്യം ഏതാണ്ട് ഊഹിച്ചെടുത്തു. പൊലീസും ഗുണ്ടകളും നെല്ല് കടത്താൻ വന്നിരിക്കുന്നു. കുഞ്ഞമ്പു കൈയിലെ മരുന്നുകുപ്പി ഭാര്യയെ ഏല്പി ച്ചു. കൈത്തണ്ടയിലെ വാച്ചഴിച്ച് ഭാര്യയുടെ കൈയിൽ കൊടുത്തു. ഒടു വിലായി കീശയിലെ രാജാപെന്നും...

"ദേവയാനീ, കുണിയനിൽ എം എസ് പിക്കാരെത്തി. ജീവനുണ്ടെ ങ്കിൽ നെല്ല് കടത്താനനുവദിക്കില്ല. ഇനി ഞാൻ മടങ്ങിവന്നാൽ കാണാം. ഇല്ലെങ്കിൽ വാച്ച് വിറ്റ് ആലപ്പുഴയിലേക്ക് പോകണം. പിന്നെ എന്നെ പ്രതീ ക്ഷിച്ചിട്ട് കാര്യമില്ല."

ഭാര്യയുടെ പ്രതികരണമറിയാൻ നില്ക്കാതെ കുഞ്ഞമ്പു ഇറങ്ങി നടന്നു. വാച്ചും പേനയും കൈയിൽ പിടിച്ച് ദേവയാനി നോക്കിനിന്നു. തനിക്കുള്ള സമ്പാദ്യമാണിത്. ഇനി പരിഭ്രമിച്ചിട്ട് കാര്യമില്ല. വീട്ടിലേക്ക് പോകുന്നില്ലെങ്കിൽ നീയും എന്നോടൊപ്പം വന്ന് പൊരുതി മരിക്കാം എന്ന് ഭർത്താവ് തലേ ദിവസം പറഞ്ഞത് ദേവയാനി ഓർമ്മിച്ചു. അതിനുള്ള സന്ദർഭം വന്നിരിക്കുന്നു. പടനായകനെ യുദ്ധക്കളത്തിലേക്ക് യാത്രയാ ക്കി; ഒട്ടും കണ്ണീർ തൂകാതെ ധീരവനിതയായിത്തന്നെ.

കരിവെള്ളൂർ നാടാകെ ഉണർന്നിരുന്നു. വീടുകളിൽ നിന്നെല്ലാം സമ രഭടന്മാർ പുറത്തിറങ്ങിക്കൊണ്ടിരുന്നു. രാവിലെ പണിക്കുപോയവർ പണി സ്ഥലത്തുവച്ചാണ് വിവരമറിയുന്നത്. അതേവേഷത്തിൽ അവർ കുണി യനിലേക്ക് നീങ്ങി.

കുണിയനിൽ പടവന്നാൽ കരിവെള്ളൂരിന് ഉറക്കമില്ലല്ലോ!

ഇടവഴിയിലൂടെ സ്ത്രീകൾ ആവേശത്തോടെ കുണിയനിലേക്ക് പോവുന്നത് ദേവയാനി ശ്രദ്ധിച്ചു. പല സ്ത്രീകളും ചെറാക്കത്തികൾ കൈയിലേന്തിയിരുന്നു. ഏറ്റുമുട്ടലുണ്ടാകുമെന്നു തന്നെയാണ് എല്ലാവരും ഉറപ്പിച്ചത്. ദേവയാനിക്ക് അടങ്ങിനില്ക്കാനായില്ല. വാച്ചും പെന്നും ഒരു വശത്ത് വച്ച് അവരും ഇടവഴിയിലിറങ്ങി.

കുഞ്ഞമ്പുവും കൃഷ്ണൻ മാസ്റ്ററും പ്രവർത്തകരും കുണിയനിലെ ത്തി. കൊടുങ്കാറ്റുപോലെ കരിവെള്ളൂരിലെ ചുവന്ന മണ്ണിൽനിന്നും ജനം പ്രവഹിച്ചുകൊണ്ടിരുന്നു. പുഴക്കരയിൽ യന്ത്രത്തോക്ക് സ്ഥാപിച്ച് പൊലീസ് തയ്യാറായി നില്ക്കുന്നു. പുഴയിൽ വലിയ തോണി. കാര്യ സ്ഥൻ ഗുണ്ടകളോട് കളപ്പുരയിലെ നെല്ലെടുക്കാൻ നിർദ്ദേശിക്കുന്നു. ഗുണ്ട കൾ നെല്ലിൻചാക്കുകൾ കളപ്പുരയിൽനിന്നും പുഴക്കരയിൽ കൊണ്ടിടു

ന്നു. ഇതെല്ലാം കണ്ടപ്പോൾ കുഞ്ഞമ്പുവിന്റെ ആത്മരോഷം ആളിക്ക
ത്തി. കരിവെള്ളൂരിലെ കൃഷിക്കാർ വിയർത്തുപണിയെടുത്തുണ്ടാക്കിയ
നെല്ലാണ്. നെല്ലിന്റെ കാര്യത്തിൽ കരിവെള്ളൂർ കമ്മിപ്രദേശവുമാണ്.
ചിറയ്ക്കൽ തമ്പുരാന് ഇവിടെനിന്നും വാരവും പാട്ടവും മറ്റുമായി ധാരാളം
നെല്ല് കിട്ടുമായിരുന്നു. ആ നെല്ല് ന്യായവിലയ്ക്ക് ഇവിടെയുള്ള സൊസൈ
റ്റിയിൽ കൊടുക്കണമെന്നാണ് കർഷകസംഘം ആവശ്യപ്പെടുന്നത്. ചിറ
യ്ക്കൽ തമ്പുരാൻ ഈ ആവശ്യം നിരാകരിച്ചു. കുണിയനിൽ കൂട്ടിവച്ച
നെല്ല് കൊണ്ടുപോകണമെന്നു തന്നെ തമ്പുരാൻ പറഞ്ഞു. അങ്ങനെ
യെങ്കിൽ ആ നെല്ല് കടത്ത് തടയുമെന്ന് കുഞ്ഞമ്പുവും പ്രഖ്യാപിച്ചു.
രണ്ടാം ലോകമഹായുദ്ധം അവസാനിച്ച കാലമാണത്. യുദ്ധത്തിന്റെ
ദുരിതം അനുഭവിക്കേണ്ടിവന്നത് സാധാരണ ജനങ്ങളാണ്. പൊന്ന് കൊടു
ത്താൽപ്പോലും ഉരിയരി കിട്ടാനില്ലാത്ത അവസ്ഥ. നാടാകെ പട്ടിണിയും
പകർച്ചവ്യാധിയും. ഇതൊന്നും വകവെക്കാതെയാണ് ജന്മി നെല്ല് കട
ത്താൻ തുനിയുന്നത്. കരിവെള്ളൂരിന് ഇത് സഹിക്കാനാകുമായിരുന്നി
ല്ല. അവർ പ്രതിജ്ഞയെടുത്തു: "നമ്മുടെ ശവത്തിൽ ചവിട്ടിയല്ലാതെ
നെല്ല് കടത്താനാവില്ല." എ വി കുഞ്ഞമ്പു ജനങ്ങളുടെ യോഗത്തിൽ
പറഞ്ഞു. ജനം ആവേശത്തോടെ അതുൾക്കൊണ്ടു.

പി കൃഷ്ണപിള്ള സന്ദർഭം വിവരിച്ചതു നോക്കുക...

ചിറയ്ക്കൽ താലൂക്കിലെ പയ്യന്നൂർ ഫർക്കയിലാണ് കരിവെള്ളൂർ.
കർഷകപ്രസ്ഥാനം വളരെയധികം ശക്തിപ്രാപിച്ച സ്ഥലം. കരി
വെള്ളൂരിന്റെ തെക്കു കൂടി ഒഴുകിയിരുന്ന കവ്വായിപുഴയുടെ വട
ക്കെക്കരയിലാണ് പാട്ടനെല്ല് കൂട്ടിവച്ചിരുന്നത്. അവിടെനിന്ന് നെല്ല്
കടത്തിക്കൊണ്ടുപോയി കരിഞ്ചന്തയിൽ വില്ക്കാനായിരുന്നു ശ്രമം.
ഗുണ്ടകളുടെയും പൊലീസിന്റെയും സഹായത്തോടെ രണ്ടുപ്രാ
വശ്യം നെല്ല് കടത്തിക്കൊണ്ടുപോകാൻ പരിശ്രമം നടന്നെങ്കിലും
രണ്ടു പ്രാവശ്യവും ജനങ്ങളതിനെ പരാജയപ്പെടുത്തി. 1946 ഡിസം
ബർ 20 ന് പൊലീസും ഗുണ്ടകളും നെല്ല് കടത്താൻ തയ്യാറായി
എത്തി. എ വിയുടെയും കൃഷ്ണൻ മാസ്റ്ററുടെയും നേതൃത്വത്തിൽ
നാട്ടുകാർ രണ്ടും കല്പിച്ച് നെല്ല് ശേഖരിച്ചിരുന്ന സ്ഥലത്തേക്ക്
നീങ്ങി. പൊലീസുകാർ മെഷീൻഗണ്ണുമായി അവിടെ നിലയുറപ്പി
ച്ചിട്ടുണ്ടായിരുന്നു. കാര്യസ്ഥന്മാർ ഗുണ്ടകളുടെ സഹായത്തോടെ
നെല്ല് കടത്താൻ തുടങ്ങി. എ വി യും കൃഷ്ണൻ മാസ്റ്ററും
മെഷീൻഗണ്ണുമായി നിലയുറപ്പിച്ചിരുന്ന ജമേദാരുടെ മേൽ ചാടി
വീണു.

കുണിയനിലെ കളപ്പുരയ്ക്കടുത്തെത്തിയ എ വി കുഞ്ഞമ്പുവും
കൃഷ്ണൻ മാസ്റ്ററും നെല്ല് കടത്തരുതെന്ന് ഉറക്കെ വിളിച്ചു പറഞ്ഞു.
ജമേദാർ ഗോവിന്ദൻ നായർ ആ ആഹ്വാനം ചിരിച്ചു തള്ളുകയായിരു
ന്നു. പൊലീസ് ജനക്കൂട്ടത്തെ ആക്രമിക്കുന്നതിനുമുമ്പ് പൊലീസ്

സേനയെ സ്തംഭിപ്പിക്കണമെന്ന് എ വി കുഞ്ഞമ്പു ചിന്തിച്ചു. നെല്ല് കട ത്തരുതെന്ന് ജനം പ്രഖ്യാപിച്ചുകൊണ്ടിരുന്നു. അനാവശ്യമായി കുഴപ്പ മുണ്ടാക്കാതെ ജനം പിരിഞ്ഞുപോകണമെന്ന് ജമേദാർ ആവശ്യപ്പെട്ടു. "ഞങ്ങളെ കൊന്നല്ലാതെ ഒറ്റ മണി നെല്ല് പോലും കൊണ്ടുപോകാനാ വില്ല" എ വി വിളിച്ചു പറഞ്ഞു. ജമേദാർ ഒട്ടും കൂസാതെ നിലയുറപ്പിച്ച തുകണ്ട് എ വി കുഞ്ഞമ്പു മുന്നോട്ട് കുതിച്ച് ജമേദാരുടെ മേൽ ചാടി വീണു. 'ഇര കണ്ട സിംഹത്തെപ്പോലെ ' എന്ന് ആ സംഭവത്തെക്കുറിച്ച് അഭിമുഖത്തിൽ കൃഷ്ണൻ മാസ്റ്റർ വിവരിച്ചു. എ വി കുഞ്ഞമ്പുവിന്റെ കൂടെ കൃഷ്ണൻ മാസ്റ്ററും പുതിയടത്തു രാമനും മുന്നോട്ട് നീങ്ങി.

പെട്ടെന്നുള്ള ആക്രമണത്തിൽ ജമേദാർ മറിഞ്ഞുവീണു. ഇരുവരും തമ്മിലുള്ള ബലപരീക്ഷണം തന്നെ നടന്നു. അതിനിടയിൽ ജമേദാർ കല്പിച്ചു: "ചാർജ്ജ്! ബയനറ്റ് ചാർജ്ജാണ് തുടങ്ങിയത്. ബയനറ്റു കൊണ്ട് എ വി കുഞ്ഞമ്പുവിനെ തലങ്ങും വിലങ്ങും ആക്രമിച്ചു. അദ്ദേ ഹത്തിന്റെ തലയിൽനിന്നും ചോര ചീറ്റിത്തെറിച്ചു. ദേഹമാസകലം രക്ത ത്തിൽ കുളിച്ചു. കൃഷ്ണൻ മാസ്റ്ററെയും ബയനറ്റു ചാർജ്ജു ചെയ്തു. തോക്കിൻ പാത്തികൊണ്ട് മാസ്റ്ററുടെ മുഖത്ത് ആഞ്ഞടിച്ചപ്പോൾ അദ്ദേഹം തളർന്നുവീണു. കരിവെള്ളൂരിന്റെ പടനായകർ ചോരയിൽ കുളിച്ച് നിലത്ത് വീണു കിടക്കുന്നു. ജനനേതാക്കൾ പിടഞ്ഞു വീഴു ന്നതു കണ്ടിട്ടും ആൾക്കൂട്ടം ചിതറിയോടിയില്ല. ആത്മവീര്യത്തോടെ ജനം ഏറ്റുമുട്ടലിനൊരുങ്ങി. ജനങ്ങൾക്ക് ആയുധമായുണ്ടായിരുന്നത് കല്ലും കവണയും വടികളുമായിരുന്നു. ഉരുക്കും മനുഷ്യമാംസവും തമ്മിലുള്ള അത്യുജ്ജ്വലമായ പോരാട്ടം. കവണക്കല്ലുകൾ പാഞ്ഞു കൊണ്ടിരുന്നു. പെട്ടെന്ന് മെഷിൻഗണ്ണുകൾ തീതുപ്പി. പിരിഞ്ഞുവന്ന പട്ടാളക്കാർ ജന ങ്ങളുടെ കൂട്ടത്തിലുണ്ടായിരുന്നു. അവരുടെ കൈയിൽ തോക്കുകളുണ്ടാ യിരുന്നെങ്കിൽ അവിടെയെത്തിയ പൊലീസും ഗുണ്ടകളും തിരിച്ചുപോ കില്ലായിരുന്നെന്ന് എ വി കുഞ്ഞമ്പു അനുസ്മരിക്കുന്നുണ്ട്. കുണിയൻ പുഴക്കരെയുള്ള കുരുതിക്കളത്തിൽ വെടിമരുന്നിന്റെയും ചോരയുടെയും ഗന്ധം അലയടിച്ചു.

കുഞ്ഞമ്പുവും കൃഷ്ണൻ മാസ്റ്ററും പുതിയടത്തു രാമനും ബോധ രഹിതരായി കിടക്കുകയായിരുന്നു. വെടിവെപ്പിൽ കൊല്ലപ്പെട്ട തിടിൽ കണ്ണന്റെയും കീനേരി കുഞ്ഞമ്പുവിന്റെയും കൂടെയാണ് നേതാക്കളും കിടക്കുന്നത്. കുഞ്ഞമ്പും കൃഷ്ണൻമാസ്റ്ററും മരിച്ചെന്നു തന്നെ പൊലീസ് വിശ്വസിച്ചു. പച്ചോലയിൽ കുഞ്ഞമ്പുവിനെയും കൃഷ്ണൻ മാസ്റ്ററെയും പൊതിഞ്ഞുകെട്ടി. മുറിവേറ്റവശരായവരെയും എല്ലാം നെല്ലു തോണിയിൽ അടുക്കിയിട്ടു. തോണി പയ്യന്നൂരിലേക്ക് യാത്രയായി. വഴി യിൽ കുഞ്ഞമ്പുവിന് ബോധം വീണു. കണ്ണുതുറന്നപ്പോൾ കണ്ട രംഗം ഹൃദയഭേദകമായിരുന്നു. തന്റെ ഓർമ്മയിൽനിന്നും ഒരിക്കലും മായാത്ത ചിത്രമാണതെന്ന് കുഞ്ഞമ്പു രേഖപ്പെടുത്തുന്നു:

ഞങ്ങളെ കൊണ്ടുപോയ വള്ളത്തിൽ വച്ചാണ് എനിക്ക് ബോധം വീഴുന്നത്. ഞാൻ കണ്ണുതുറന്നപ്പോൾ പകൽ അവസാനിക്കാൻ പോകുന്നു. കീനേരി കുഞ്ഞമ്പു മരിച്ചുകഴിഞ്ഞിരുന്നു. കണ്ണൻ മരിച്ചിട്ടുണ്ടായിരുന്നില്ല. സർവ്വചലനങ്ങളുമറ്റ് ശബ്ദിക്കാൻ കഴിയാത്ത കണ്ണൻ എന്റെ മുഖത്തേക്ക് നോക്കി. എന്തെല്ലാമോ പറയാൻ ആഗ്രഹിക്കുന്നതുപോലെ. ആ കണ്ണുകൾ വാചാലങ്ങളായിരുന്നു. വേദന തളം കെട്ടിയിരുന്നു. ഏതാനും നിമിഷങ്ങൾക്കകം കണ്ണന്റെ കണ്ണുകളടഞ്ഞു. എന്നിട്ടും ഒരു തുള്ളി കണ്ണീർപോലും ഉണ്ടായിരുന്നില്ല. അതായിരുന്നു ആ ധീരപടയാളിയുടെ അന്ത്യം. ഞങ്ങളെ പയ്യന്നൂർ പൊലീസ് സ്റ്റേഷനിലേക്ക് കൊണ്ടുപോയി. പൊലീസ് നിർദ്ദയം മർദ്ദിച്ചു. ഹെൽമെറ്റിന്റെ വക്കുകൊണ്ട് ആഞ്ഞ ടിച്ചു. ഇതൊക്കെ ഞങ്ങൾ പ്രതീക്ഷിച്ചതാണ്.

പച്ചോലയിൽ പൊതിഞ്ഞ ശരീരം കണ്ട് നേതാക്കൾ മരണപ്പെട്ടെന്നു തന്നെ ജനം കരുതി. വെടിവെപ്പുണ്ടായിട്ടും ആരും തന്നെ പ്രാണര ക്ഷാർത്ഥം ഓടിപ്പോയില്ല. പൊലീസ് പിൻവലിഞ്ഞ ശേഷമേ ജനം പിന്തി രിഞ്ഞുള്ളൂ. കുണിയൻ പുഴക്കരെയുള്ള കളപ്പുരയുടെ മുറ്റത്ത് ചോര തളം കെട്ടിക്കിടന്നിരുന്നു. തോണിയിൽ കയറ്റാൻ കൊണ്ടിട്ട നെല്ല് അതേ പോലെ കിടക്കുന്നു. ചിറയ്ക്കൽ തമ്പുരാന് ശപഥം നിറവേറ്റാൻ കഴി ഞ്ഞില്ല.

ദേവയാനി കുണിയനിലേക്ക് നടക്കുന്നതിനിടയിൽ പലിയേരി രാഘ വൻ നായരും കൂട്ടരും തിരികെ വരുന്നുണ്ടായിരുന്നു. അദ്ദേഹം ദേവയാ നിയെ തടഞ്ഞു നിർത്തി പറഞ്ഞു: "അങ്ങോട്ട് പോകരുത്. എ വി യെ കെട്ടിയിട്ട് വെടിവച്ചു കൊന്നു." അതു കേട്ട ദേവയാനി പരിഭ്രാന്തയായി. തന്റെ സഖാവ് വെടിയേറ്റു മരിച്ചിരിക്കുന്നു. ഇനി താൻ മാത്രം ജീവിച്ചി രിക്കുന്നതെന്തിന്! താനും ആ മണ്ണിലേക്ക് പോവുന്നു. ഇങ്ങനെ ചിന്തിച്ച ദേവയാനി കുണിയനിലേക്ക് പോകാൻ തന്നെ ഉറച്ചു. കൂടെയുള്ള സ്ത്രീകളെ രാഘവൻ നായരും മറ്റും നിർബ്ബന്ധിച്ച് തിരികെ പറഞ്ഞയ ച്ചു. ദേവയാനി തനിച്ചായി. തനിക്കിനി ആരുമില്ല. ഭർത്താവ് വെടിയേറ്റു മരിച്ച മണ്ണിൽ തനിക്കും വീണു മരിക്കണം.

ദേവയാനി ധൃതിയിൽ നീങ്ങുകയാണ്. ഒറ്റപ്പെട്ട വെടിയൊച്ചകൾ കേൾക്കുന്നുണ്ടായിരുന്നു. നടന്നു പോകുന്നതിനിടയിൽ കടിഞ്ഞിയിൽ നാരായണൻ നായരുടെ വീട്ടിനടുത്തെത്തി. അദ്ദേഹത്തിന്റെ ഭാര്യ ദേവ യാനിയെ തടഞ്ഞു. താനും കുണിയനിലേക്ക് വരുന്നെന്നവർ പറഞ്ഞു. ഇതിനിടയിൽ വേറെയും സ്ത്രീകൾ വന്നുചേർന്നു. എല്ലാവരും ദേവയാ നിയെ വളഞ്ഞുനിന്നു. അവരെ നാരായണൻ മാസ്റ്ററുടെ വീട്ടിലേക്ക് കൂട്ടി ക്കൊണ്ടുപോയി. എല്ലാവരുംകൂടി അവരെ സമാധാനിപ്പിച്ചു. വൈകുന്നേരം അവരെ ആ നിലയിൽ കഴിഞ്ഞു. പിന്നെ അമ്മായിയുടെ വീട്ടിലെത്തിച്ചു.

കുണിയൻ സംഭവത്തോടെ കരിവെള്ളൂർ ആളനക്കമില്ലാത്ത നില യിലെത്തി. പുരുഷന്മാരെല്ലാം ഒഴിഞ്ഞുപോയിരുന്നു. സ്ത്രീകളാരും പുറ

ത്തിറങ്ങുന്നില്ല. നാട്ടിലാകെ പിശാചുക്കളെപോലെ പൊലീസ് പാഞ്ഞു നടക്കുന്നു. ഏതു വീട്ടിലും പൊലീസ് കയറിയിറങ്ങുന്നു. കരിവെള്ളൂ രിൽ പൊലീസ് ക്യാമ്പ് തുടങ്ങി. അവർ പുരുഷന്മാരെ പിടികൂടാൻ പരക്കം പായുന്നു.

ദേവയാനി വിഷമിച്ചുകഴിയുകയായിരുന്നു. മൂന്നു ദിവസം കഴിഞ്ഞ പ്പോൾ പി കുഞ്ഞിരാമൻ വന്നു. അദ്ദേഹത്തിന്റെ കൈയിൽ *ദേശാഭിമാനി* പത്രമുണ്ടായിരുന്നു. പത്രത്തിൽ കുഞ്ഞമ്പുവിനെ കുറിച്ചുള്ള വാർത്ത യുണ്ടായിരുന്നു. 'മരണവുമായി മല്ലിട്ട് പൊലീസ് കസ്റ്റഡിയിൽ' എന്നാ യിരുന്നു വാർത്ത. ഭർത്താവ് മരിച്ചിട്ടില്ലെന്ന വാർത്ത ദേവയാനിക്ക് ആശ്വാസം പകർന്നു.

കരിവെള്ളൂരിന്റെ സമരഗർജ്ജനം നാടെങ്ങും പ്രതിധ്വനിച്ചു. കർഷക ജനതയുടെ സമരോത്സുകതയാണ് സടകുടഞ്ഞെണീറ്റത്. തങ്ങളുടെ അവകാശങ്ങളെക്കുറിച്ച് ആത്മബോധത്തോടെ പ്രതികരിച്ചു. ഇതിനെല്ലാം പ്രചോദനമായത് എ വി കുഞ്ഞമ്പുവാണ്. 'രണാങ്കണത്തിലെ അതികാ യൻ' എന്നദ്ദേഹം അറിയപ്പെടുന്നു. കരിവെള്ളൂർ സമരത്തിന് അദ്ദേഹം നേതൃത്വം നല്കി. ചെറുപ്പംതൊട്ടേയുള്ള എണ്ണമറ്റ ജീവിത സമരത്തിലൂ ടെയാണ് അദ്ദേഹം നടന്നു നീങ്ങിയത്. ജീവിക്കുക എന്നതിനർത്ഥം അഭി മാനവും അന്തസ്സും സംരക്ഷിച്ച് കഴിഞ്ഞുകൂടുക എന്നാണെന്ന് അദ്ദേഹം പഠിപ്പിച്ചു.

> എ വി കുഞ്ഞമ്പുവിന്റെ ജീവിതം സമരസമൃദ്ധമാണ്. പവിത്രമായ മാനുഷികത്തിന്റെയും വിപ്ലവവീര്യത്തിന്റെയും പ്രതീകമാണദ്ദേഹം. അക്ഷരാർത്ഥത്തിൽ അദ്ദേഹം കരിവെള്ളൂരിന്റെ വീരനേതാവാണ്. ഒളിവിലും തെളിവിലും കേരളക്കരയിലുടനീളം അദ്ദേഹം ഓടി നട ന്നു. സമരം സംഘടിപ്പിച്ചു. സമരം ചെയ്യുന്നവർക്ക് നേതൃത്വം നല്കി. ആരോഗ്യം അദ്ദേഹത്തിന് പ്രശ്നമായിരുന്നില്ല. പ്രസ്ഥാ നത്തിന്റെ ആരോഗ്യത്തെക്കുറിച്ചാണ് അദ്ദേഹം ചിന്തിച്ചത്. സ്വന്തം കുടുംബത്തെക്കാൾ പാർട്ടി കുടുംബത്തെ സ്നേഹിച്ചു. ആകൃതി യിൽ കുറിയവനെങ്കിലും രണാങ്കണത്തിൽ അതികായനായിരുന്നു. വളരെ ദരിദ്രവും നിസ്വവുമായിരുന്നു ആ ജീവിതശൈലി. വിഷമ ഘട്ടങ്ങളിലെല്ലാം അർപ്പണബോധത്തോടെ അദ്ദേഹം ഇടപെട്ടു. അനുയായികൾക്കും സഖാക്കൾക്കും ആശ്രയിക്കാവുന്ന ഇച്ഛാശ ക്തിയുടെ മഹാമേരുവായിരുന്നു എ വി കുഞ്ഞമ്പു *(എം എൻ കുറുപ്പ്).*

ദേവയാനി ഭർത്താവിനെ കാണാൻ കണ്ണൂർ സെൻട്രൽ ജയിലിൽ പോകുന്നുണ്ട്. തന്റെ ഓർമ്മക്കുറിപ്പിൽ അവർ വർണ്ണിക്കുന്നു.

> പത്തുമണിക്ക് അപേക്ഷ കൊടുത്ത് കാത്തിരുന്നെങ്കിലും നാലുമ ണിക്കാണ് കാണാനനുവാദം കിട്ടിയത്. അടികൊണ്ട് രക്തം വാർന്ന്

വിളറിയിരുന്നു. കമ്പിവലയ്ക്കു പിന്നിൽ അവശതയോടെ അദ്ദേഹം നിന്നു. ഞങ്ങൾക്ക് കാര്യമായി ഒന്നും പറയാനില്ലായിരുന്നു. അനു ഭവിച്ച പീഡനങ്ങൾ ഞങ്ങൾ നിശ്ശബ്ദമായി പരസ്പരമറിഞ്ഞു. എന്നിട്ടും ജീവിച്ചിരിക്കുന്നു എന്ന നേരിട്ടുള്ള അറിവ് എന്നിൽ എന്തെന്നില്ലാത്ത ആത്മബലം വളർത്തി.

സാമ്രാജ്യത്വത്തിനും ജന്മിനാടുവാഴിത്തത്തിനുമെതിരെ കരിവെള്ളൂ രിൽ നടന്ന സമരം കലയിലും സാഹിത്യത്തിലും ഏറെ സ്വാധീനം ചെലു ത്തിയിട്ടുണ്ട്. കരിവെള്ളൂർ ജനതയുടെ പോരാട്ടവീര്യവും ആത്മധൈ ര്യവും സർഗ്ഗാത്മകപ്രവർത്തകരിൽ ആവേശം ജനിപ്പിക്കുന്നതായിരുന്നു. കഥകളും കവിതകളും നാടകങ്ങളും നോവലുമായി കരിവെള്ളൂർ സംഭവം രൂപാന്തരപ്പെട്ടിട്ടുണ്ട്. കുഞ്ഞമ്പുവിന്റെ മകൻ കരിവെള്ളൂർ മുരളി എഴു തിയ 'എന്റെ ചോന്നമണ്ണിന്റെ പാട്ട്' എന്ന കവിത കരിവെള്ളൂരിന്റെ തീപാറുന്ന പോരാട്ടവീര്യം പൂർണ്ണമായും ആവാഹിച്ചെടുക്കുന്നു. ഈ കവിത ചൊല്ക്കാഴ്ചയായും വൃത്തരൂപമായും ആവിഷ്കരിച്ചിട്ടുണ്ട്. ഏഴാ ച്ചേരി രാമചന്ദ്രൻ, പിരപ്പൻകോട് മുരളി, കുഞ്ഞപ്പ പട്ടാന്നൂർ തുടങ്ങിയ വരും കുഞ്ഞമ്പുവിനെയും അദ്ദേഹത്തിന്റെ സമരചടുലതയെയും കുറിച്ച് പാടിയിട്ടുണ്ട്. സി വി ബാലകൃഷ്ണനാണ് നോവലെഴുതിയത്. *വിളക്കു മാടം.* നോവലിൽ നായകനായി വരുന്ന ലക്ഷ്മണൻ എ വി കുഞ്ഞമ്പു തന്നെയാണ്. നാടകകൃത്തും നടനുമായ ഡോ. ആനന്ദ് *രണ്ടുഭൂമി* എന്ന പേരിൽ കരിവെള്ളൂർ സംഭവത്തിന് നാടകരൂപം നല്കുകയുണ്ടായി. കുഞ്ഞമ്പുവിന്റെ ഭാര്യ ദേവയാനി എഴുതിയ *ചോരയും കണ്ണീരും നനഞ്ഞ വഴികൾ* എന്ന ആത്മകഥയിലും ഈ സംഭവത്തിന്റെ തുടിക്കുന്ന വിവര ണങ്ങളുണ്ട്. *കരിവെള്ളൂരിന്റെ രാഷ്ട്രീയ ചരിത്രം* എന്ന ഗ്രന്ഥം ഡോ. വി വി കുഞ്ഞികൃഷ്ണനും രചിച്ചിട്ടുണ്ട്.

2

നാടും വീടും

എ വി കുഞ്ഞമ്പുവിന്റെ ജന്മദേശമായ കരിവെള്ളൂർ സാംസ്കാ
രിക പൈതൃകം ഉൾക്കൊള്ളുന്ന നാടാണ്. കരിവെള്ളൂർ എന്ന സ്ഥല
നാമത്തിനുതന്നെ പല സവിശേഷതകളുമുണ്ട്. കരി എന്നാൽ നിലംകൃഷി
എന്നാണർത്ഥം. കിരാതമൂർത്തിയായ ശിവപ്രതിഷ്ഠയും ഇവിടത്തെ
ക്ഷേത്രത്തിലുണ്ട്. 'കരിവെള്ളൂർ' എന്നാൽ കിരാതമൂർത്തിയായ ശിവൻ
എന്നർത്ഥമാണ്. കരിവെള്ളന്റെ ഊര് കരിവെള്ളൂരായിത്തീർന്നെന്നും പറ
യാം. പുഴയിലേക്ക് കുനിഞ്ഞുനില്ക്കുന്ന പ്രദേശമായതുകൊണ്ടാണ്
കുനിയൻ-കുണിയൻ-എന്ന പേരുണ്ടായത്. കരിവെള്ളൂരിന്റെ പരിസര
ങ്ങളിൽ പ്രാചീനസംസ്കാരത്തിന്റെ ചിഹ്നങ്ങൾ കാണപ്പെട്ടിട്ടുണ്ട്. പ്രാചീ
നകാലത്തുതന്നെ ഇവിടെ ജനവാസമുണ്ടായിട്ടുണ്ട്. അക്കാലത്ത് ആദി
വാസികളാണ് ഇവിടെ കഴിഞ്ഞുകൂടിയിരുന്നതെന്ന് ഡോ. എൻ വി പി
ഉണിത്തിരി ചൂണ്ടിക്കാട്ടുന്നു. അവർ കാട് വെട്ടിത്തെളിയിച്ച് കൃഷിചെ
യ്തുവരികയായിരുന്നു.

ബുദ്ധ-ജൈന സംസ്കാരത്തിന്റെ അവശിഷ്ടങ്ങളും കരിവെള്ളൂരിൽ
നിന്ന് കണ്ടെത്തിയിട്ടുണ്ട്. പള്ളിക്കൊവ്വൽ, പള്ളിക്കണ്ടം, പള്ളിക്കീൽ
പരപ്പ് തുടങ്ങിയ ഈ നാട്ടിലെ പ്രാദേശിക പേരുകളും ബൗദ്ധ-ജൈനപ
ഴമയിലേക്ക് വിരൽ ചൂണ്ടുന്നതായി ഉണിത്തിരി മാസ്റ്റർ പറയുന്നു.
വസ്ത്രം നെയ്യുകയും വില്ക്കുകയും ചെയ്യുന്ന ഉത്തരകേരളത്തിലെ പ്രധാ
നപ്പെട്ട നാല് പ്രദേശങ്ങളിലൊന്നു കരിവെള്ളൂരായിരുന്നത്രെ. ആന്ധ്ര
യിൽനിന്നും കർണ്ണാടകത്തിൽനിന്നും കുടിയേറിപ്പാർത്ത ബ്രാഹ്മണർ കരി
വെള്ളൂരിലും അധിവാസമുറപ്പിച്ചിട്ടുണ്ടാകാമെന്നും ഊഹിക്കുന്നു.

ചിറയ്ക്കൽ രാജാവിന്റേയും നീലേശ്വരം രാജാവിന്റേയും ഭരണമേ
ഖലകളുടെ അതിർത്തി പ്രദേശത്താണ് കരിവെള്ളൂർ സ്ഥിതി ചെയ്തി

രുന്നത്. രണ്ടു രാജാക്കന്മാർക്കിടയിൽ യുദ്ധങ്ങൾ നടന്നിരിക്കാനിടയുണ്ട്. ഒടുവിൽ ചിറയ്ക്കൽ രാജവംശത്തിന്റെ ഭരണത്തിൻകീഴിൽ കരിവെള്ളൂർ സ്ഥിരമായി നിലനിന്നു.

തെയ്യംകലയും കരിവെള്ളൂരുമായുള്ള ബന്ധം ഈടുറ്റതാണ്. ഇവിടത്തെ തറവാടുകളിലും കാവുകളിലുമെല്ലാം വർഷംതോറും തെയ്യങ്ങൾ കെട്ടിയാടുന്നുണ്ട്. കരിവെള്ളൂരിലെ മണക്കാടൻ ഗുരുക്കളാണത്രെ തെയ്യംകലയുടെ പരിഷ്കർത്താവ്. തെയ്യംകലയ്ക്ക് ഇന്നത്തെ രൂപവും ഭാവവും നല്കിയത് അദ്ദേഹമാണ്. കരിവെള്ളൂർ വണ്ണാൻ സമുദായത്തിലെ മണക്കാട്ട് വീട്ടിലാണ് ഗുരുക്കൾ ജനിച്ചത്. അദ്ദേഹത്തിന്റെ നാമം കുഞ്ഞിരാമൻ എന്നായിരുന്നെന്ന് ഉണ്ണിത്തിരിമാസ്റ്റർ രേഖപ്പെടുത്തുന്നു. പണ്ഡിതനും ഭിഷഗ്വരനും ഇന്ദ്രജാലവിദഗ്ദ്ധനുമായിരുന്നു അദ്ദേഹം. ചിറയ്ക്കൽ തമ്പുരാന്റെ നിർദ്ദേശമനുസരിച്ച് ഒറ്റരാത്രികൊണ്ട് 'ഒന്നൂറെ നാല്പത്' (ഒന്ന് കുറയെ നാല്പത് മുപ്പത്തൊമ്പത്) തെയ്യങ്ങൾ കെട്ടിയാടി രാജാവിനെ വിസ്മയം കൊള്ളിച്ചുവത്രെ. അതേത്തുടർന്ന് രാജാവ് പട്ടുംവളയും നല്കി ഗുരുക്കളെന്ന സ്ഥാനപ്പേർ കല്പിക്കയും ചെയ്തു. തെയ്യംകലയെ പരിഷ്കരിച്ച മണക്കാടൻ ഗുരുക്കളെന്ന കലാകാരനെ ചുറ്റിപ്പറ്റി അനേകം അത്ഭുതകഥകളും പ്രചാരത്തിലുണ്ട്.

ഭാരതമാകെ കേൾവിപ്പെട്ട പണ്ഡിതനും രാജ്യതന്ത്രജ്ഞനും ജ്യോതിഷിയുമായിരുന്ന ശങ്കരനാഥജ്യോത്സ്യരുടെ ജന്മസ്ഥലവും കരിവെള്ളൂരാണ്. തർക്കം, വ്യാകരണം കാവ്യാലങ്കാരം, ജ്യോതിഷം തുടങ്ങിയ വിഷയങ്ങളിലെല്ലാം അപാരമായ പാണ്ഡിത്യം നേടിയ ശങ്കരനാഥൻ ഇന്ത്യ മുഴുവൻ ചുറ്റിക്കറങ്ങിയ വ്യക്തിയാണ്. കാശിയിലാണ് അദ്ദേഹം വേദപഠനം നടത്തിയത്. കാശിയിലെ മണികർണ്ണികഘട്ടിൽ അദ്ദേഹം നിർമ്മിച്ച സത്രം ഇന്നും അവിടെ നിലകൊള്ളുന്നു. ഇന്നതിന്റെ പേർ ജോഷിഘട്ട് എന്നാണ്. ലാഹോർസിംഹം എന്നറിയപ്പെടുന്ന പഞ്ചാബിലെ 'റാണാരഞ്ജിത് സിങ്' ശങ്കരനാഥ ജ്യോത്സ്യരെ രാഷ്ട്രീയ ഉപദേഷ്ടാവായി നിയമിച്ചിരുന്നു. അദ്ദേഹത്തിന്റെ മഹിമ തിരിച്ചറിഞ്ഞ സ്വാതി തിരുനാൾ മഹാരാജാവ് ജ്യോത്സ്യരെ തന്റെ കൊട്ടാരത്തിലേക്ക് ക്ഷണിച്ചുകൊണ്ടുവരികയും സദർകോടതിയിലെ ജഡ്ജിയായി നിയമിക്കുകയും ചെയ്തു. ശങ്കരനാഥ ജ്യോത്സ്യരെപ്പറ്റി ഉള്ളൂരിന്റെ സാഹിത്യ ചരിത്രത്തിൽ പ്രതിപാദിക്കുന്നുണ്ട്.

പ്രാചീന മലയാള ഗദ്യകൃതികളിലൊന്നായ *ഉത്തരരാമായണം ഗദ്യ*ത്തിന്റെ കർത്താവ് വങ്ങാട്ട് ഉണിത്തിരിയുടെ നാടും കരിവെള്ളൂരാണ്. മഹാകവി ഉള്ളൂർ ഉണിത്തിരിയെക്കുറിച്ചും സാഹിത്യചരിത്രത്തിൽ പ്രതിപാദിക്കുന്നുണ്ട്. മഹാകവി കുട്ടമത്തിന്റെ പിതാവായ ഉണ്ണമ്മൻ ഉണിത്തിരിയും കരിവെള്ളൂർക്കാരനാണ്. വടക്കെ മലബാറിലെ അനേകം കവികൾക്കും കലാകാരന്മാർക്കും പണ്ഡിതന്മാർക്കും ജന്മം നല്കിയ പ്രദേശമെന്ന നിലയിൽ ഖ്യാതിനേടിയ നാടായ കരിവെള്ളൂർ പോരാട്ടവഴിയിലെ

ചോരതുടിക്കുന്ന അനേകം സംഭവങ്ങൾക്കും വേദിയായിത്തീർന്നു. ദേശീയ പ്രസ്ഥാനത്തിന്റെയും കർഷക പ്രസ്ഥാനങ്ങളുടെയും പാരമ്പര്യം ഈ നാട് എന്നും ഉയർത്തിപ്പിടിക്കുന്നു. തെയ്യവും പൂരക്കളിയും മറു ത്തുകളിയും കോൽക്കളിയും അരങ്ങുതർക്കുന്ന ഈ നാടിന്റെ രാഷ്ട്രീയ ബോധം ചടുലവും ത്രസിപ്പിക്കുന്നതുമാണ്. കേരളത്തിലെ കമ്യൂണിസ്റ്റു പ്രസ്ഥാനത്തിന്റെ കുലപതിമാരിലൊരാളായറിയപ്പെടുന്ന എ വി കുഞ്ഞ മ്പുവിന്റെ ജന്മഗൃഹവും കരിവെള്ളൂരാണ്. ധീരതയുടെയും സാഹസിക തയുടെയും അത്യുജ്ജ്വല സാന്നിദ്ധ്യമായിരുന്നു അദ്ദേഹം. ആച്ചംവീട്ടിൽ ഉച്ചിരഅമ്മയുടെയും തോട്ടോൻ രാമൻനായരുടെയും മകനായി 1908 ഏപ്രിൽ 10 നാണ് കഥാപുരുഷൻ ജനിച്ചത്. ദമ്പതികളുടെ ഏകസന്താ നമാണ്. അച്ഛൻ തോട്ടോൻ രാമൻ നായർ താഴക്കാട്ടുമനയിലെ ഒരു കാര്യ സ്ഥന്റെ മരണവുമായി ബന്ധപ്പെട്ട് ആന്തമാൻ ദ്വീപിലേക്ക് നാടുകടത്ത പ്പെടുകയുണ്ടായി. അതോടെ കരിവെള്ളൂരിൽ കുമാരൻകാരണവരുടെ കൂടെയാണ് താമസിച്ചതും വളർന്നതും. പിതാവ് ശിക്ഷിക്കപ്പെടുന്ന കാലത്ത് കുഞ്ഞമ്പുവിന് ഒരു വയസ്സ് പ്രായം. പിതാവിന്റെ രൂപംപോലും തിരിച്ചറിയാനാകാത്ത പ്രായം. അച്ഛനെ നാടുകടത്താനിടവരുത്തിയ സംഭവം കുഞ്ഞമ്പു പറഞ്ഞുകേട്ടതാണ്.

ചെറുവത്തൂരിലെ കുട്ടമത്ത് പ്രദേശത്താണ് രാമൻനായരുടെ വീട്. അദ്ദേഹം നല്ല അദ്ധ്വാനിയും കൃഷിക്കാരനുമായിരുന്നു. വയലിൽ നൂറു മേനി വിളയിക്കുന്ന കർഷകനായിട്ടും ജന്മിമാർക്ക് അദ്ദേഹത്തെ ഇഷ്ടമാ യില്ല. രാമൻനായരുടെ തന്റേടവും പ്രതികരണവും ജന്മിമാരെ പ്രകോപി പ്പിച്ചത് സ്വാഭാവികം. ഈ പ്രകോപനം പകയായി പുകഞ്ഞുകൊണ്ടിരു ന്നു. ജന്മിമാരുടെ അതിക്രമങ്ങളെയെല്ലാം ചെറുത്തുനിന്ന രാമൻനായരെ വകവരുത്തണമെന്ന ചിന്ത നാടുവാഴികൾക്കുണ്ടായി. അതിനുള്ള കരു ക്കളും നീക്കി. രാമൻനായർ ഇത് മനസ്സിലാക്കി. അദ്ദേഹവും കരുതിനട ക്കുകയായിരുന്നു. തന്നെ വകവരുത്താൻ നീക്കം നടക്കുന്നുണ്ടെന്നറി ഞ്ഞപ്പോൾ അദ്ദേഹത്തിന്റെ ചെറുത്തുനില്പിനും ശക്തികൂടി. ജന്മിമാ രുടെ കല്പനകൾ അദ്ദേഹം അനുസരിക്കാതായി. അവരുടെ ആചാര ങ്ങളും നിർദ്ദേശങ്ങളും അവഗണിച്ചു. ജന്മിഗുണ്ടകളുടെ അഴിഞ്ഞാട്ടത്തെ അദ്ദേഹം ഒറ്റയ്ക്ക് നേരിട്ടു. ചെറുവത്തൂർ ഗ്രാമം അക്കാലത്ത് താഴക്കാട്ട് മനക്കാരുടെ കീഴിലായിരുന്നു. മനയ്ക്കലെ ചെറുപ്പക്കാരായ തമ്പു രാന്മാർക്ക് എന്തു വിക്രിയയും കാട്ടാനുള്ള സ്വാതന്ത്ര്യമുണ്ടായിരുന്നു. ചെറുപ്പക്കാരികളായ സ്ത്രീകളാണ് ഏറെ ഭയപ്പെട്ടത്. യുവതികളെ ഉപ ദ്രവിക്കുന്നത് തമ്പുരാക്കളുടെ വിനോദമായിരുന്നു. പലപ്പോഴും യുവതി കളെ സ്വന്തം ഇല്ലത്തേക്ക് വിളിപ്പിക്കുന്ന പതിവുമുണ്ടായിരുന്നു. പോയി ല്ലെങ്കിൽ ഭീഷണിപ്പെടുത്തും മർദ്ദിക്കും കുടിയൊഴിപ്പിക്കയും ചെയ്യും.

ഒരുദിവസം ഒരു യുവതി കുളിക്കുകയായിരുന്നു. ആ സമയത്താണ് കൊച്ചുതമ്പുരാൻ കുളക്കടവിലെത്തിയത്. യുവതി കുളിക്കുന്നതുവരെ

നോക്കി നിന്ന തമ്പുരാൻ അവളെ അപമാനിക്കാൻ തുനിഞ്ഞു. യുവതി പേടിച്ച് നിലവിളിച്ചു. രാമൻനായർ വയലിൽ നില്ക്കവെയാണ് നിലവിളി കേട്ടത്. അദ്ദേഹം വേഗം ഓടിച്ചെന്നു. രാമൻനായർ ഗർജ്ജിച്ചുകൊണ്ടാണ് കടന്നുചെന്നത്. കൊച്ചുതമ്പുരാൻ ഭയന്നുവിറച്ചു. യുവതി രക്ഷപ്പെട്ട് ദൂരെ മാറിനിന്നു. രാമൻനായർ തമ്പുരാനെ കൈപ്പിടിയിലൊതുക്കി. തന്നെകൊ ല്ലരുതെന്ന് തമ്പുരാൻ രാമൻനായരോടപേക്ഷിച്ചു. രാമൻനായർക്ക് ആരെയും കൊല്ലണമെന്ന വിചാരമില്ലായിരുന്നു. അതിക്രമം ഇല്ലാതാ ക്കണമെന്നേ ചിന്തിച്ചുള്ളു.

രാമൻനായർ കൊച്ചുതമ്പുരാൻ താക്കീത് നല്കി വിട്ടയച്ചു.

എന്നാൽ തമ്പുരാൻ അടങ്ങിയിരുന്നില്ല. അപമാനിതനായ തമ്പു രാന്റെ പക കത്തിജ്ജ്വലിച്ചു. രാമൻനായർ ജീവിച്ചിരിക്കുന്നത് തന്റെ സ്വാതന്ത്ര്യത്തിന് അപകടകരമാണ്. അതുകൊണ്ട് ഏതുവിധവും രാമൻ നായരെ വകവരുത്തണം. അതിനുള്ള രഹസ്യതന്ത്രങ്ങൾ ആസൂത്രണം ചെയ്തു. രാമൻനായർക്ക് വൈകുന്നേരങ്ങളിൽ അല്പം കള്ളുകുടി പതി വുണ്ട്. വയൽക്കരയിലെ കള്ളുഷാപ്പിൽ പതിവായി അദ്ദേഹം ചെല്ലുമാ യിരുന്നു. ഈ സന്ദർഭം പ്രയോജനപ്പെടുത്താൻ ജന്മിയും ഗുണ്ടകളും തീർച്ചപ്പെടുത്തി.

അന്നും പതിവുപോലെ രാമൻനായർ ഷാപ്പിലെത്തി. ഷാപ്പുകാരൻ കള്ളുപാനിയും കറിയും കൊണ്ടുവന്നു. രാമൻനായർ കുടിച്ചുകൊണ്ടി രിക്കെ വെളിയിലേക്ക് നോക്കി. ഷാപ്പിനു പുറത്ത് പതിവില്ലാത്ത ആളന ക്കം. ആരെല്ലാമോ അങ്ങിങ്ങ് നില്ക്കുന്നു. രാമൻനായരെ ചൂണ്ടിക്കൊണ്ട് അവർ സ്വകാര്യം പറയുന്നു. ജന്മിയുടെ ഗുണ്ടകളാണവരെന്ന് രാമൻനാ യർ മനസ്സിലാക്കി. ഏതായാലും ഒരേറ്റുമുട്ടലിന് സാദ്ധ്യതയുണ്ട്. വേഗം രക്ഷപ്പെടുന്നതാണ് ഉചിതമെന്നും അദ്ദേഹം ചിന്തിച്ചു. എന്നാൽ നോക്കി നോക്കിയിരിക്കെ ഗുണ്ടകൾ കള്ളുഷാപ്പ് വളഞ്ഞു, ഇനി പരിഭ്രമിച്ചിട്ടു കാര്യമില്ലെന്ന് അദ്ദേഹത്തിനു തോന്നി. വരുന്നതുപോലെ നേരിടാം. ഭയ പ്പെട്ട് കുടി പെട്ടെന്നവസാനിപ്പിച്ച് ഓടിപ്പോകാൻ അദ്ദേഹം തുനിഞ്ഞില്ല. വിസ്തരിച്ച് കുടിച്ചു. പിന്നെ പതുക്കെ പുറത്തിറങ്ങി. ഷാപ്പിന്റെ മുന്നിൽനിന്ന് രാമൻ നായർ ഗർജ്ജിച്ചു! "ചുണയുണ്ടെങ്കിൽ അടുത്ത് വാടാ...!" എന്നദ്ദേഹം പ്രഖ്യാപിച്ചപ്പോൾ ഗുണ്ടകൾ ഒന്ന് പതറി. രാമൻനായർ മുന്നോട്ട് നീങ്ങി. പെട്ടെന്ന് ചുറ്റുപാടുനിന്നും കയറെറിഞ്ഞ് രാമൻനായരെ കുടുക്കിട്ടു. ഗുണ്ടകൾ ചുറ്റുംനിന്ന് അടി തുടങ്ങി. രാമൻനായർ ആദ്യമൊന്ന് അമ്പരന്നു. അടുത്തക്ഷണത്തിൽ ശക്തിസം ഭരിച്ചെഴുന്നേറ്റു. കയർക്കുടുക്ക് വലിച്ചു പൊട്ടിച്ചു. ഗുണ്ടകൾക്കു നേരെ അലറിയടുത്തു. ഗുണ്ടകൾ പേടിച്ചോടി. രാമൻനായർ പിന്നാലെ ഓടി ഗുണ്ടാത്തലവനെ പിടികൂടി. പിന്നെ അരയിലെ കത്തിയെടുത്ത് ഒറ്റകു ത്ത്. ഗുണ്ടാത്തലവൻ കുത്തേറ്റു പിടഞ്ഞു. ചോരവാർന്നൊഴുകി. ആ ചോരയിൽ കിടന്ന് ഗുണ്ടാത്തലവൻ മരണപ്പെട്ടു. ആളുകൾ ദൂരെ നോക്കി നിന്നതേയുള്ളൂ. രാമൻനായർ കത്തി അരയിൽ തിരുകി വീട്ടിലേക്ക് നടന്നു.

വീട്ടിലെത്തിയ ഉടൻ ഭാര്യയോട് പറഞ്ഞു... "വേഗം ഒരുങ്ങ്. നമു ക്കിപ്പോൾത്തന്നെ കരിവെള്ളൂരിലേക്ക് പോകണം? "ഉച്ചിരയമ്മ പരിഭ്രമി ച്ചുകൊണ്ട് പലതും ചോദിച്ചെങ്കിലും രാമൻനായർ ഉത്തരം പറഞ്ഞില്ല. ഭർത്താവിന്റെ ദേഹത്തെ ചോരപ്പാടുകൾ കണ്ടപ്പോൾ അവർ കാര്യം ഏതാണ്ടൂഹിച്ചെടുത്തു. "ഇതെങ്ങനെ ചോരപറ്റി?" എന്നവർ ചോദിച്ചു. വയലിൽ വരമ്പുപൊട്ടിച്ചുവിടുമ്പോൾ പറ്റിയതാണെന്ന് പറഞ്ഞ് ഒഴിഞ്ഞു മാറി.

ഒരു വയസ്സുള്ള കുഞ്ഞ് ഉറങ്ങുകയായിരുന്നു. ഭക്ഷണം കഴിക്കേണ്ടേ എന്ന ചോദ്യത്തിന് വേണ്ട എന്നു മാത്രം രാമൻനായർ പറഞ്ഞു. പിന്നെ ഉച്ചിരയമ്മ ഒന്നും പറഞ്ഞില്ല. ഉറങ്ങുന്ന മകനെ ചുമലത്ത് കിടത്തി പുറ ത്തിറങ്ങി. രാമൻനായർ മകനെ വാങ്ങി സ്വന്തം ചുമലിൽ കിടത്തി. അദ്ദേഹം നീട്ടി നടന്നു. ഉച്ചിരയമ്മ അനുഗമിച്ചു. ചെറുവത്തൂരിലെ കുട്ടമ ത്തുനിന്നുമുള്ള ആ യാത്ര അവസാനിച്ചത് കരിവെള്ളൂരിലെ തറവാട്ടിൽ. കുമ്മാരൻ കാരണവരുടെ വീട്ടിലേക്കാണ് അവർ പോയത്. കാരണവർ ഉറങ്ങിയിരുന്നില്ല. മുറ്റത്ത് ഉലാത്തുകയായിരുന്നു. ആ സമയത്ത് ആരോ നടന്നടുക്കുന്നത് കണ്ട് ആരാ-ആരാ എന്ന് കാരണവർ കനത്ത ശബ്ദ ത്തിൽ ചോദിച്ചു.

രാമൻനായർ മറുപടി പറയാതെ കാരണവരുടെ മുന്നിലെത്തി. ആളെ തിരിച്ചറിഞ്ഞപ്പോൾ കാരണവർക്ക് പരിഭ്രമം. അ സമയത്ത് മരുമകൻ കുഞ്ഞിനെയും കൊണ്ട് കയറിവന്നിരിക്കുന്നു. കൂടെ ഉച്ചിരയും. കാരണ വരുടെ ആശങ്കകൾക്കൊന്നും മറുപടി പറയാതെ രാമൻനായർ ചുമലി ലുള്ള മകനെ അദ്ദേഹത്തിന്റെ കൈയിൽ കൊടുത്തു. കാരണവർ കുഞ്ഞിനെ വാങ്ങി മാറോട് ചേർത്തു:

"ഇവനെ നന്നായി വളർത്തണം. എനിക്കതിനു യോഗമില്ലാതെ പോയി." ഇത്രയും പറഞ്ഞ് രാമൻ നായർ ഇരുട്ടിലേക്കിറങ്ങി. ഉച്ചിര കുഞ്ഞിനെ വാങ്ങി അകത്തേക്ക് കയറി. കാരണവരുടെ ഭാര്യ കുഞ്ഞി ക്കാവമ്മ ഇതിനകം ഉണർന്നിരുന്നു. ഉച്ചിരയെയും കുഞ്ഞിനെയും കണ്ട് അവരും അന്തംവിട്ടു. കാര്യമെന്തെന്ന് അവർക്കും മനസ്സിലായില്ല. ഇറ ങ്ങിപ്പോയ രാമൻനായർ തിരികെ വന്നില്ല.

രാമൻനായരുടെ മകൻ കുഞ്ഞമ്പു കാരണവരുടെ വീട്ടിൽ വളർന്നു. കുഞ്ഞിക്കാവമ്മ അമ്മയെയും മകനെയും അതിരറ്റു സ്നേഹിച്ചു. കുഞ്ഞമ്പുവിന് കളിക്കൂട്ടുകാരനായി കാരണവരുടെ മകൻ കൃഷ്ണനു ണ്ടായിരുന്നു. ഇരുവരും ഒന്നിച്ചാണ് കുണിയൻ സൗത്ത് സ്കൂളിൽ ചേർന്നത്. കുഞ്ഞമ്പു പഠിക്കാൻ മിടുക്കനായിരുന്നു. നല്ല ഓർമ്മശക്തി യുള്ള കുട്ടി. അദ്ധ്യാപകരുടെ ചോദ്യങ്ങൾക്കെല്ലാം കൃത്യമായി ഉത്തരം പറയും. കുട്ടിയുടെ പ്രകൃതവും ചുറുചുറുക്കും അദ്ധ്യാപകരെയെല്ലാം ആകർഷിച്ചു. പഠിക്കുന്ന കുട്ടി എന്ന പേരും കിട്ടി.

അയിത്തം അതിരൂക്ഷമായിരുന്ന കാലമാണത്. ഉയർന്ന ജാതിക്കാരെ

താഴ്ന്ന ജാതിക്കാർ തൊടാനോ തീണ്ടാനോ പാടില്ല. തീണ്ടിപ്പോയാൽ കടുത്ത ശിക്ഷയായിരിക്കും. കുണിയൻ പ്രദേശത്തും അയിത്തം കൊടി കുത്തി നിന്നിരുന്നു. പ്രദേശത്തെ ജനങ്ങളിൽ ഭൂരിഭാഗവും ഈഴവ ജാതി ക്കാരായിരുന്നു. പണവും പ്രാപ്തിയുമുള്ളവരാണെങ്കിലും ഈഴവർ ജാതി യിൽ പിന്നോക്കമാണ്. മേൽജാതിയിൽപ്പെട്ടവർ കുണിയൻ പ്രദേശത്ത് പോയാൽ മുങ്ങിക്കുളിച്ചിട്ടേ വീട്ടിൽ കയറിയിരുന്നുള്ളൂ.

കുഞ്ഞമ്പുവിന് ഏഴുവയസ്സുള്ളപ്പോൾ അമ്മ മരിച്ചു. അതോടെ കുഞ്ഞമ്പുവിന്റെ ജീവിതം അനാഥമായിത്തീർന്നു. എന്തിനും ഏതിനും അമ്മയുണ്ടായിരുന്നു. അച്ഛനെ കണ്ട ഓർമ്മ തന്നെയില്ല. അച്ഛൻ നാടു വിട്ടതും പിടിക്കപ്പെട്ടശേഷം ആന്തമാനിലേക്ക് നാടുകടത്തിയതുമായ കഥ കൾ പില്ക്കാലത്താണ് കുഞ്ഞമ്പു അറിയുന്നത്. ഭാര്യയെ കാരണവ രുടെ വീട്ടിലാക്കിയശേഷം രാമൻനായർ മംഗലാപുരത്തേക്കാണ് വണ്ടി കയറിയത്. അലഞ്ഞുതിരിഞ്ഞു കഴിഞ്ഞ ശേഷം ചെറിയൊരു തൊഴിൽ കിട്ടി. വലിയ ശമ്പളമൊന്നുമില്ല. കഷ്ടിച്ച് കഴിഞ്ഞു കൂടാം. ജോലിസ്ഥ ലത്തു തന്നെ ഒരു മുറിയിൽ താമസമാക്കി. വീട്ടിൽനിന്നും മാറിയതോടെ ഉശിരെല്ലാം ചോർന്നു പോയതുപോലായി. ഒന്നിനും ഉത്സാഹമില്ല. ഭാര്യ യെയും മകനെയും പിരിഞ്ഞുകഴിയേണ്ടി വരുന്നല്ലോ എന്ന ചിന്ത. മകന്റെ ഭാവിയോർത്ത് ആ പിതാവ് ദുഃഖിച്ചു.

മറുഭാഗത്ത് രാമൻനായരെ പൊലീസന്വേഷിച്ചുകൊണ്ടിരുന്നു. സി ഐ ഡികൾ വേഷം മാറി പല സ്ഥലങ്ങളിലും സഞ്ചരിച്ചു. ഒരു രഹസ്യ പൊലീസുകാരൻ രാമൻനായരുടെ കൂടെയും വന്നു താമസമാക്കി. നാടു വിട്ടു വന്ന ഒരു തൊഴിലാളിയെന്നേ കരുതിയുള്ളൂ. അയാളും രാമൻനാ യരെപ്പോലെ വിഷാദമൂകനായിരുന്നു. പരസ്പരം അടുത്തപ്പോൾ അവർ പരസ്പരം കുടുംബകാര്യങ്ങൾ സംസാരിച്ചു. രാമൻനായർ കരിവെള്ളു രിൽനിന്നും നാടുവിട്ടു വന്ന ആളാണെന്നറിഞ്ഞപ്പോൾ സുഹൃത്തിന്റെ പ്രകൃതം മാറി. ആ രഹസ്യ പൊലീസുകാരൻ രാമൻനായരെ പിടികൂടി. ബ്രിട്ടീഷ് കോടതി വിചാരണ നടത്തി. ജീവപര്യന്തം നാടുകടത്താനായി രുന്നു വിധി. അതും ആന്തമാനിലേക്ക് കുറ്റവാളികളുടെ ഭൂമിയെന്നറിയ പ്പെടുന്ന ആന്തമാനിലേക്ക് നാടുകടത്തപ്പെട്ട രാമൻനായർ പിന്നീട് തിരി ച്ചുവന്നില്ല.

അച്ഛന്റെ ദുരന്തകഥകേട്ട് കുഞ്ഞമ്പു സങ്കടപ്പെടുമായിരുന്നു. അച്ഛൻ പോയതോടെ അമ്മ അത്യധികം ദുഃഖിതയായി. ആ വിഷമത്തിലാണ് അമ്മ മരിച്ചത്.

കുണിയൻ പ്രദേശത്തെക്കുറിച്ച് ഞെട്ടിക്കുന്ന കഥകൾ പറയുന്നത് കുഞ്ഞമ്പുവും കേട്ടിരുന്നു. ഒരു കാലത്ത് അവിടെ ചാരായം വാറ്റൽ വ്യാപകമായിരുന്നു. പൊലീസുകാർ കള്ളുവാറ്റുകാർക്കെതിരെ നിരന്തരം ആക്രമണം നടത്തി. ഒരിക്കൽ കുറേ വാറ്റുകാർ പൊലീസിന്റെ പിടിയി ലകപ്പെടാനിടയായി. അറസ്റ്റിലായവരെയുംകൊണ്ട് പോകാൻ തുനിഞ്ഞ

പൊലീസിനെ നാട്ടുകാർ വളയുകയുണ്ടായി. പൊലീസും ജനങ്ങളും തമ്മിൽ ഘോരസംഘട്ടനം തന്നെ നടന്നു. ജനം കൈയിൽ കിട്ടിയ വടി യുമായി കുണിയനിലേക്ക് കുതിക്കുകയായിരുന്നു. ജനം പൊലീസുകാരെ പിടിച്ചുകെട്ടി മർദ്ദിച്ചു. ചിലരെ കുണിയൻപുഴയിൽ കെട്ടിത്താഴ്ത്തി. ബ്രിട്ടീഷ് പൊലീസിനോട് കാട്ടിയ ഈ ക്രൂരതയുടെ ഫലം കുണിയൻ പ്രദേശത്തുകാർ പില്ക്കാലത്തനുഭവിക്കേണ്ടിവന്നു. അധികാരികളുടെ കണ്ണിൽ കുണിയൻ എന്നും ഒരു കരടായിത്തീർന്നു. ബ്രിട്ടീഷ് സാമ്രാ ജ്യത്വത്തോടും അവരുടെ ഏജന്റുമാരായ ജന്മി നാടുവാഴികളോടുമുള്ള വിരോധം കുണിയൻ പ്രദേശത്തെ ജനങ്ങളിൽ കെടാതെ നിലകൊണ്ടി രുന്നു.

എ വി കുഞ്ഞമ്പു നാടിന്റെ ചരിത്രം തിരിച്ചറിഞ്ഞുകൊണ്ടാണ് വളർന്നത്. മലബാർ ലഹള നടന്നത് കുഞ്ഞമ്പുവിന്റെ കുട്ടിക്കാലത്താണ്. ആധിപത്യവാഴ്ചയോടും അയിത്തത്തോടുമുള്ള എതിർപ്പ് ആ ബാലമ നസ്സിൽ നുരഞ്ഞുയർന്നുകൊണ്ടിരുന്നു. ജാതിവിലക്കുകൾ ലംഘിക്കേ ണ്ടതാണെന്ന ചിന്ത അക്കാലത്തേ അദ്ദേഹത്തിലുണർന്നിരുന്നു. കുഞ്ഞ മ്പുവിന്റെ കൂട്ടുകാരിലേറെയും ഈഴവ ജാതിയിൽപ്പെട്ട ബാലന്മാരായി രുന്നു. കുഞ്ഞമ്പു അവരുടെ വീടുകളിൽ ചെല്ലും. ഭക്ഷണം കഴിക്കും. അവരെല്ലാം വളരെ സ്നേഹത്തോടെയാണ് കുട്ടിയോട് പെരുമാറിയത്. ഇത്രമാത്രം സ്നേഹത്തോടെ പെരുമാറുന്നവരെ തൊടാനും തീണ്ടാനും പാടില്ലെന്ന് പറയുന്നതെന്തുകൊണ്ടാണെന്ന് കുഞ്ഞമ്പു തന്നത്താൻ ചോദിക്കുമായിരുന്നു. ഉത്തരം സ്വയം കണ്ടുപിടിക്കാനും അദ്ദേഹം ശ്രമിച്ചു.

കുഞ്ഞമ്പുവിന്റെ മറ്റൊരു സവിശേഷത ശബ്ദസൗകുമാര്യമാണ്. നന്നായി പാട്ട് പാടും. കൂട്ടുകാർ കുഞ്ഞമ്പുവിനെക്കൊണ്ട് പാടിക്കും. കുട്ടിയുടെ ഈ കഴിവ് തിരിച്ചറിഞ്ഞവർ അവനെക്കൊണ്ട് *രാമായണവും മഹാഭാരതവും* വായിപ്പിച്ചു. കുഞ്ഞമ്പുവിന് ഏറെ ഇഷ്ടമുള്ള കാര്യമാ യിരുന്നു അത്. കുണിയൻ പ്രദേശത്തെ കാഞ്ഞരപ്പവീട്ടിലെ കാരണവർ കുഞ്ഞമ്പുവിനെ വീട്ടിൽ വരുത്തി *രാമായണം* വായിപ്പിച്ചിരുന്നു. അക്ഷര ശുദ്ധിയോടെയുള്ള വായന കേൾക്കാൻ അടുത്തടുത്ത വീടുകളിലുള്ള വരും വന്നെത്തും. വായനക്കാരനോട് നാട്ടുകാർക്ക് ആദരവും ബഹുമാ നവും തോന്നിത്തുടങ്ങി. ക്രമേണ കുഞ്ഞമ്പു കാഞ്ഞരപ്പവീട്ടിൽ താമ സിച്ച് പഠിക്കാൻ തുടങ്ങി. കാരണവരുടെ വീട്ടിൽനിന്നുള്ള ഈ മാറ്റം കുഞ്ഞമ്പുവിനെ അസ്വസ്ഥനാക്കാതിരുന്നില്ല. അതുകൊണ്ടുതന്നെ കുറേ നാൾ കഴിഞ്ഞപ്പോൾ കുഞ്ഞമ്പു ആ താമസം മതിയാക്കി. തിരികെ വീണ്ടും സ്വന്തം അമ്മാവന്റെ വീട്ടിൽ പോകാൻ കുഞ്ഞമ്പു മടിച്ചു. നാട്ടിൽ നില്ക്കുന്നതും ശരിയല്ലെന്നു തോന്നി. ഒടുവിൽ നാടുവിട്ടു. നീലേശ്വര ത്തിനടുത്തുള്ള കൂടോലിൽ എന്ന പ്രദേശത്താണ് കുഞ്ഞമ്പു എത്തി പ്പെട്ടത്. അവിടെ ഒരു വീട്ടിൽ കാലികളെ നോക്കാൻ നിന്നു. കാലികളെ

കുളിപ്പിക്കണം. ചാണകം വാരി തൊഴുത്ത് വൃത്തിയാക്കണം. ഇത്തരം പ്രവർത്തിയിലേർപ്പെട്ടുകഴിഞ്ഞിരുന്ന കുഞ്ഞമ്പുവിനെ അമ്മാവനും മച്ചു നിയൻ കൃഷ്ണനും ചേർന്ന് തേടിപ്പിടിച്ച് തിരികെ കൊണ്ടുവരികയായി രുന്നു.

നാട്ടിൽ തിരിച്ചെത്തിയ കുഞ്ഞമ്പുവിന് വെറുതെയിരിക്കാനായില്ല. എന്തെങ്കിലും ചെയ്യണം. ഒന്നുമില്ലെങ്കിൽ വായന തുടരാം. അങ്ങനെ കുഞ്ഞമ്പു നാട്ടിലെ പുരാണപാരായണക്കാരനായി. കർക്കിടകമാസ ത്തിൽ കുഞ്ഞമ്പുവിന് തിരക്ക് കൂടും. തറവാടുകളിലെല്ലാം രാമായണം വായിക്കണം. ഓരോ വീട്ടിലും മാറി മാറി വായന തുടർന്നു. വായിക്കുന്ന വീടുകളിൽ നിന്നെല്ലാം ഭക്ഷണം കിട്ടുമായിരുന്നു. ക്രമേണ ദക്ഷിണയും കിട്ടിത്തുടങ്ങി. വസ്ത്രവും സമ്മാനമായി ലഭിച്ചു. വായനകൊണ്ട് ജീവിതം കഴിക്കാൻ സാധിച്ച കാലത്തെക്കുറിച്ച് അദ്ദേഹം കുട്ടികളെ വിവ രിച്ച് കേൾപ്പിക്കുമായിരുന്നു.

വായനകൊണ്ട് മാത്രം മരുമകന് ജീവിക്കാനാവില്ലെന്ന് കാരണവർ മനസ്സിലാക്കിയിരുന്നു. എന്തെങ്കിലും കൈത്തൊഴിൽ പഠിക്കണം. സ്വന്തം തൊഴിലായ കല്പണി മരുമകനെ പഠിപ്പിക്കാൻ അമ്മാവൻ നിശ്ചയിച്ചു. കുഞ്ഞമ്പുവിന് പൂർണ്ണസമ്മതമായിരുന്നു. പണിയായുധം കൈയിലെ ടുത്ത കുഞ്ഞമ്പു വേഗം തന്നെ നല്ല പണിക്കാരനായിത്തീർന്നു. കല്പ ണിയിൽ മുഴുകിയതോടെ വായന മതിയാക്കി. പലരും വന്നുവിളിച്ചെ ങ്കിലും കുഞ്ഞമ്പു വായിക്കാൻ പോയില്ല. എന്നാൽ കുറേനാൾ കഴിഞ്ഞ പ്പോൾ കല്ലുവെട്ട് പണിയും മടുത്തു. ഇനി കല്പണിക്ക് ഞാനില്ലെന്ന് അമ്മാമനോട് പറഞ്ഞു. പിന്നെ കുരുമുളക് തോട്ടത്തിൽ പണിക്കുപോ യി. തോട്ടത്തിൽ ധാരാളം പേർ ജോലി ചെയ്തിരുന്നു. പണിയെടുക്കു ന്നവരുമായി സംസാരിക്കാനും സൗഹൃദം സ്ഥാപിക്കാനും ആ സന്ദർഭം പ്രയോജനപ്പെട്ടു. താമസിയാതെ വിദഗ്ദ്ധനായ തോട്ടപ്പണിക്കാരനെന്ന പേർ കുഞ്ഞമ്പു സമ്പാദിച്ചു. ഒരുദിവസം പണിക്കാർ വിശ്രമിക്കയായിരു ന്നു. പെട്ടെന്നാണ് തോട്ടത്തിന്റെ ഉടമ വന്നത്. പണിക്കാരെല്ലാം വേഗം എണീറ്റുപോയി ജോലിയിൽ മുഴുകി. കുഞ്ഞമ്പു അവിടെത്തന്നെ അന ങ്ങാതെ ഇരുന്നു. എന്നാൽ ഉടമ കുഞ്ഞമ്പുവിനെ പ്രശംസിക്കയായിരു ന്നു. തന്റെ വകയായ ജോലി പൂർത്തിയാക്കിക്കഴിഞ്ഞാണ് കുഞ്ഞമ്പു വിശ്രമിക്കാനിരുന്നത്. ഉടമയുടെ പ്രശംസയൊന്നും കുഞ്ഞമ്പുവിനെ ബാധിച്ചില്ല. എങ്കിലും നാലഞ്ചു മാസം കഴിഞ്ഞപ്പോൾ തോട്ടപ്പണിയും മടുത്തു. അമ്മാവന്റെ മകൻ കൃഷ്ണനും തോട്ടത്തിൽ ജോലി ചെയ്യു ന്നുണ്ടായിരുന്നു. ഇരുവരും തൊഴിൽ മതിയാക്കി വീട്ടിൽ തിരിച്ചെത്തി.

കുഞ്ഞമ്പുവിന് പത്തൊമ്പതുവയസ്സ് കഴിഞ്ഞസമയമാണത്. ഇതി നകം തന്നെ കഠിനമായ ജീവിതാനുഭവങ്ങൾ ധാരാളം ഉൾക്കൊണ്ടു. ജന്മി മാരുടെ ക്രൂരതകളുടെ നടുക്കുന്ന കഥകൾ കേട്ടു. അയിത്തവും അന്ധവി ശ്വാസവും തീർക്കുന്ന വലയിൽനിന്നും ജനങ്ങൾക്ക് രക്ഷ കിട്ടണമെന്ന

തോന്നലുണ്ടായി. മഹാത്മാഗാന്ധി ദേശീയ പ്രസ്ഥാനത്തിന്റെ നേതൃത്വം ഏറ്റെടുത്തതോടെ കോൺഗ്രസും കർഷകരും തമ്മിലുള്ള ബന്ധം ദൃഢമായി. നാട്ടിൻപുറങ്ങളിലെ പാവപ്പെട്ട കർഷകർക്ക് ദേശീയ പ്രസ്ഥാനത്തോട് താല്പര്യം ജനിച്ചു. ഗാന്ധിജിയുടെ ലാളിത്യവും എളിമയും ജനങ്ങളിൽ ചർച്ചാവിഷയമായി. കുഞ്ഞമ്പുവിന് ഗാന്ധിജിയോട് ആദരവും ബഹുമാനവുമുണ്ടായി. ഗാന്ധിജിയുടെ അയിത്തോച്ചാടനം, മദ്യഷാപ്പു പിക്കറ്റിങ് തുടങ്ങിയവയിൽ കുഞ്ഞമ്പുവിനും ആഭിമുഖ്യം വളർന്നു. അങ്ങനെയിരിക്കെയാണ് പയ്യന്നൂരിൽ നെഹ്റു പങ്കെടുത്ത കോൺഗ്രസ് സംസ്ഥാന സമ്മേളനം നടന്നത്.

3

ദേശീയ പ്രസ്ഥാനത്തിലേക്ക്

ആയിരത്തിത്തൊള്ളായിരത്തി ഇരുപത്തിയെട്ട് മെയ് 25, 26, 27 തീയതികളിലാണ് കോൺഗ്രസിന്റെ നാലാം സംസ്ഥാന സമ്മേളനം നട ന്നത്. ഉത്തരകേരളമാകെ ഉത്സാഹവും ഉണർവ്വും സൃഷ്ടിച്ച സമ്മേളന മായിരുന്നു അത്. ഉണ്ണമ്മൻ ഉണിത്തിരി, പി കുഞ്ഞിരാമൻ, വി വി കുഞ്ഞമ്പു, ഹരീശ്വരൻ തിരുമുമ്പ്, എം പി അപ്പുമാസ്റ്റർ എന്നിവരുടെ കൂടെയാണ് സമ്മേളന സ്ഥലത്ത് കുഞ്ഞമ്പു ചെന്നത്. പരിപൂർണ്ണ സ്വാത ന്ത്ര്യമാണ് ഇന്ത്യയുടെ ലക്ഷ്യമെന്ന് കോൺഗ്രസ് പ്രഖ്യാപിച്ച സമ്മേള നമാണത്. തൊഴിലാളികളെയും കൃഷിക്കാരെയും ചൂഷണം ചെയ്യുന്ന തിനെതിരെ പോരാടാനും നെഹ്റു ആഹ്വാനം ചെയ്ത സമ്മേളനമാണത്. നമ്മുടെ യുക്തിക്കും ഗുണത്തിനും എതിരായി കണ്ടതിനെയെല്ലാം ഉപേ ക്ഷിക്കണമെന്നും നെഹ്റു നിർദ്ദേശിച്ചു. കുഞ്ഞമ്പുവിനെ പോലുള്ള യുവാക്കളിൽ ആവേശം വിതച്ചതായിരുന്നു നെഹ്റുവിന്റെ പ്രസംഗം. കുടി യാന്മാർക്ക് വസ്തു കൈവശാവകാശത്തിൽ ഉറപ്പും സംരക്ഷണവും നല്കാൻ നിയമം ഉണ്ടാക്കണമെന്നും യോഗം പ്രമേയം വഴി ആവശ്യ പ്പെട്ടു. കുഞ്ഞമ്പു പുതിയ ഒരാളായിട്ടാണ് കരിവെള്ളൂരിൽ തിരിച്ചെത്തു ന്നത്. രാഷ്ട്രീയമായി ചിന്തിക്കാനും പുതിയ നിലപാടെടുക്കാനും സമ്മേ ളനം പ്രേരിപ്പിച്ചു.

കരിവെള്ളൂരിലെത്തിയ കുഞ്ഞമ്പുവിന്റെ മനസ്സ് കലങ്ങി മറിയുക യായിരുന്നു. പുരാണപാരായണം പോലുള്ള കാര്യങ്ങളിൽ താല്പര്യം കുറഞ്ഞു. ഏതോ ലക്ഷ്യം തന്നെ മാടിവിളിക്കയായിരുന്നെന്ന് അദ്ദേഹം സൂചിപ്പിക്കുന്നു. അങ്ങനെയിരിക്കെ തൃച്ചമ്പരം ഉത്സവസമയത്ത് തളി പ്പറമ്പിൽ കേളപ്പന്റെ പ്രസംഗമുണ്ടെന്ന് കുഞ്ഞമ്പു കേട്ടു. കല്യാശ്ശേരി സ്കൂളിൽ ഹരിജൻ കുട്ടികളെ പ്രവേശിപ്പിക്കാനും അവരെ പഠിപ്പിക്കു

വാനുള്ള സാഹചര്യമൊരുക്കുവാനും വേണ്ടി കഠിനമായി യത്നിച്ച നേതാ
വാണ് കേളപ്പനെന്ന് കുഞ്ഞമ്പു കേട്ടിരുന്നു. ഹരിജൻ കുട്ടികളോടൊപ്പം
ഇരുന്നുപഠിക്കാൻ മേൽജാതി കുട്ടികൾ തയ്യാറായിരുന്നില്ല. കെ കേള
പ്പനും കെ പി ആർ ഗോപാലനും ഹരിജൻ കുട്ടികൾക്കു വേണ്ടി കാവൽ
നിന്നത് വലിയ വാർത്താപ്രാധാന്യം നേടിയിരുന്നു. ബ്രിട്ടീഷ് പത്രങ്ങൾ
പോലും വാർത്താ പ്രസിദ്ധീകരിച്ചിരുന്നത്രെ. സ്വാമി ആനന്ദതീർത്ഥൻ
കല്യാശ്ശേരിയിലെത്തി ഹരിജൻ ആശ്രമം സ്ഥാപിച്ചിരുന്നു. ദേശീയ
പ്രവർത്തനം, ഹരിജനോദ്ധാരണം എന്നിവയിലൂടെ ജനപ്രീതി നേടിയ
നേതാവാണ് കേളപ്പനെന്ന് കുഞ്ഞമ്പു മനസ്സിലാക്കിയിരുന്നു. ആ നേതാ
വിനെ അടുത്ത് ചെന്നു കാണാനുള്ള അവസരമാണ് കൈവന്നിരിക്കു
ന്നത്. അമ്മാവന്റെ മകൻ കൃഷ്ണനെയും കൂട്ടിയാണ് കുഞ്ഞമ്പു തൃച്ചമ്പ
രം ഉത്സവസ്ഥലത്തെത്തിയത്. അവിടെ പൂക്കോത്ത് നടയിലുള്ള
ആൽത്തറമേലാണ് കേളപ്പന്റെ പരിപാടി ഏർപ്പെടുത്തിയിരുന്നത്. കുഞ്ഞ
മ്പുവും കൃഷ്ണനും മുന്നിലിരുന്ന് പ്രസംഗം കേട്ടു. ദേശീയപ്രസ്ഥാനം
ഹരിജനോദ്ധാരണം എന്നീ വിഷയങ്ങളിലൂന്നിക്കൊണ്ടാണ് കേളപ്പൻ
പ്രസംഗിച്ചത്. മദ്യവർജ്ജനത്തിന്റെ പ്രാധാന്യം ഊന്നിപ്പറഞ്ഞു. കേള
പ്പന്റെ വാക്കുകൾ കുഞ്ഞമ്പുവിന്റെ ഹൃദയത്തിൽ വന്നു നിറയുകയായി
രുന്നു. പ്രസംഗം തീർന്നപ്പോൾ ഇനി എന്ത് എന്നായി അദ്ദേഹത്തിന്റെ
ചിന്ത. ഉടൻതന്നെ ഒരു തീരുമാനത്തിലെത്തിച്ചേർന്നു. കോൺഗ്രസിൽ
ചേരണം. അതിന്റെ പ്രവർത്തകനാകണം. ആരോടും അഭിപ്രായം ചോദി
ക്കാനില്ലായിരുന്നു. അച്ഛനും അമ്മയും നഷ്ടപ്പെട്ട കുഞ്ഞമ്പു അമ്മാവന്റെ
കൂടെ കഴിയുകയാണ്. കൃഷ്ണനോട് കോൺഗ്രസിൽ ചേരുന്ന കാര്യം
പറഞ്ഞപ്പോൾ അവൻ പറഞ്ഞത്! 'കുഴപ്പമാകും' എന്നാണ്. കുഞ്ഞമ്പു
വിന് ഉറച്ച തീരുമാനമായിരുന്നു. കോൺഗ്രസിന്റെ കാലണ മെമ്പറായി.
കൈയിലുള്ള പണം കൊടുത്ത് ഖദർ വസ്ത്രം വാങ്ങി. അതും ധരി
ച്ചാണ് നാട്ടിൽ തിരിച്ചെത്തിയത്.

പയ്യന്നൂർ സമ്മേളനവും കേളപ്പന്റെ പ്രസംഗവും കുഞ്ഞമ്പുവിനെ
അടിമുടി ഇളക്കി പ്രതിഷ്ഠിച്ചു. കരിവെള്ളൂരിലെ പാവപ്പെട്ടവർക്കും
പൂർണ്ണ സ്വാതന്ത്ര്യം വേണം. ജന്മികളുടെ കീഴിൽ പുഴുക്കളായി ഇഴഞ്ഞു
കഴിയേണ്ടിവരുന്ന ഗതികേട് മാറണം. പാവപ്പെട്ടവർക്ക് അക്ഷരം പകർന്നു
കൊടുക്കണം. അവരുടെ അടിമത്തം തകർത്തെറിയണം. ചൗരിചൗരാ
സംഭവത്തെ കുറിച്ച് കുഞ്ഞമ്പു കേട്ടറിഞ്ഞിരുന്നു. അതിൽ പങ്കെടുത്ത്
പൊലീസ് സ്റ്റേഷൻ ആക്രമിച്ച കൃഷിക്കാരെ അദ്ദേഹം മനസ്സാ അഭിന
ന്ദിച്ചു. ചൗരിചൗരയിലെ കർഷകർ ജന്മിമാരെ ധിക്കരിച്ചതുപോലെ കരി
വെള്ളൂരിലെ കർഷകർക്കും പ്രതികരിച്ചുകൂടെ? ബർകോളിയിൽ കൃഷി
ക്കാർ സത്യഗ്രഹം നടത്തുന്ന വാർത്തയും കുഞ്ഞമ്പു അറിഞ്ഞു.
അവിടെ സർദാർ പട്ടേലാണ് അതിനു നേതൃത്വം നല്കുന്നത്. അതു
പോലെ കരിവെള്ളൂരിലെ കർഷക സമരത്തിന് എന്തുകൊണ്ട് തനിക്ക്
നേതൃത്വം നല്കിക്കൂടാ എന്നദ്ദേഹം ചിന്തിച്ചു. ആന്ധ്രയിലെ ആദിവാസി

കർഷകരുടെ ചെറുത്തുനില്പിന്റെ വാർത്തയും അദ്ദേഹത്തെ ആവേശം കൊള്ളിച്ചു. ജന്മിത്തം തകർക്കണം എന്ന വിചാരം കുഞ്ഞമ്പുവിനുമുണ്ടായി. കോൺഗ്രസ് ഈ പോരാട്ടത്തിന് നേതൃത്വം നല്കണമെന്നദ്ദേഹം ആഗ്രഹിച്ചു. കോൺഗ്രസ് കർമ്മപരിപാടികളായ വിദേശവസ്ത്രബഹി ഷ്കരണവും മദ്യവർജ്ജനവും ഹരിജനോദ്ധാരണവും കരിവെള്ളൂരിലും നടപ്പാക്കാൻ അദ്ദേഹം തീരുമാനിച്ചു.

രാജ്യത്തെ വിപ്ലവപ്രവർത്തനങ്ങളാണ് എന്നും കുഞ്ഞമ്പുവിനെ ആകർഷിച്ചത്. അടിമത്തത്തെ തലകുനിച്ച് സ്വീകരിക്കുന്ന സമീപനം അവ സാനിക്കണം. അതിനുവേണ്ടി തീയും വാളുംപോലെ പ്രതികരിക്കണം. ആൾക്കൂട്ടത്തിലേക്ക് ആവേശത്തോടെ കടന്നു ചെല്ലാനുള്ള പ്രേരണ അദ്ദേഹത്തിൽ നിറഞ്ഞുകൊണ്ടിരുന്നു. അദ്ദേഹത്തിന്റെ വിപ്ലവബോ ധത്തെ ത്വരിതപ്പെടുത്താൻ വള്ളത്തോളിന്റെയും കുട്ടമത്തിന്റെയും കവി തകളും സഹായിച്ചു. കുട്ടമത്തിന്റെ പിതൃഗൃഹം കരിവെള്ളൂരാണല്ലോ. ദേശീയ ബോധം വളർത്തുന്ന കവിതകൾ കാണാപ്പാഠമാക്കി ചൊല്ലു ന്നത് അദ്ദേഹത്തിന്റെ പതിവായിരുന്നു. ഇങ്ങനെ കോൺഗ്രസുകാരനായ കുഞ്ഞമ്പു പാട്ടുകാരനും നാടകക്കാരനും സ്വാതന്ത്ര്യസമര പ്രവർത്ത കനുമായി വളരുകയായിരുന്നു. എം എൻ കുറുപ്പ് കുഞ്ഞമ്പുവിന്റെ ജീവ ചരിത്രത്തിൽ വിവരിക്കുന്നതു നോക്കുക:

> കോൺഗ്രസുകാരനും നാടകക്കാരനുമായ കുഞ്ഞമ്പു ഇപ്പോൾ നാട്ടുകാരുടെ സ്വന്തമാണ്. ആ ചെറുപ്പക്കാരന്റെ ആരോഗ്യവും ഭാവിയും അവർ ശ്രദ്ധിച്ചു. കരിവെള്ളൂരിലെ വീടുകളിൽ ആർക്കെ ങ്കിലും രോഗം വന്നാൽ കുഞ്ഞമ്പു ശുശ്രൂഷിക്കാനെത്തും. കല്യാ ണവും മരണവും നടക്കുമ്പോൾ ആദ്യാവസാനക്കാരനാകും. നിസ്സാ രകാര്യം മുതൽ കോൺഗ്രസിന്റെ ഓരോ പ്രശ്നത്തിലും കുഞ്ഞമ്പു ഇടപെട്ടു. ചെറുപ്പക്കാരന്റെ ഈ സേവനമനോഭാവം ദിനംപ്രതി കുഞ്ഞമ്പുവിനെ നാട്ടുകാരിലേക്ക് ആകർഷിച്ചു. കരി വെള്ളൂർക്കാരുടെ കൺമണിയായി കുഞ്ഞമ്പു വളരുകയാണ്. പ്രശ്നവും പ്രതിസന്ധിയും വരുമ്പോൾ കുഞ്ഞമ്പുവിനോടാണ് ചോദിക്കുക.

നാടിന്റെ സമസ്തമേഖലയിലും നവോത്ഥാനത്തിന്റെ അലകളുയ രുന്ന കാലമായിരുന്നു അത്. ആസേതുഹിമാചലം പൂർണ്ണസ്വാതന്ത്ര്യമു ദ്രാവാക്യം മുഖരിതമായി. 1930 ൽ ഗാന്ധിജി ദണ്ഡിയാത്ര ആരംഭിച്ചു. ഗാന്ധിജിയുടെ ആ യാത്ര ദേശീയ പ്രസ്ഥാനത്തിന്റെ ഒരു വിപ്ലവഘട്ടം ഉദ്ഘാടനം ചെയ്യുകയായിരുന്നു. ഉപ്പുനികുതി പിൻവലിക്കണമെന്നാണ് ഗാന്ധിജി ആവശ്യപ്പെട്ടത്. കേരളത്തിലും കേളപ്പന്റെ നേതൃത്വത്തിൽ നിയമലംഘനം നടന്നു. ഉപ്പുനിയമം ലംഘിക്കാനുള്ള ജാഥ കോഴിക്കോ ടുനിന്നാണ് പുറപ്പെട്ടത്. മലബാറിലെ ഗ്രാമങ്ങളെ ഇളക്കി മറിച്ച ജാഥ യിൽ പി കൃഷ്ണപിള്ള, മൊയാരത്തുശങ്കരൻ, കെ മാധവൻ തുടങ്ങിയ

ദേശാഭിമാനികൾ പങ്കെടുത്തിരുന്നു. കൃഷിക്കാരും തൊഴിലാളികളുമട
ക്കമുള്ള സാധാരണക്കാർ സമരവളണ്ടിയർമാരെ സ്വീകരിക്കാൻ തയ്യാ
റെടുപ്പു നടത്തി. നിയമം ലംഘിക്കാൻ ജാഥ വരുന്നു. ദണ്ഡിയിലേക്ക്
ഗാന്ധിജി നയിച്ചതുപോലെ പയ്യന്നൂരിലേക്ക് കേളപ്പൻ നയിക്കുന്നു. നാടു
മുഴുവൻ ഉണർന്നെണീക്കുന്നു. കുഞ്ഞമ്പുവിന്റെ മനസ്സിൽ കൊടുങ്കാറ്റാ
യിരുന്നു. കരിവെള്ളൂരിൽ സമരഭടന്മാർക്കുള്ള സഹായ ക്യാമ്പ് തുടങ്ങി
യിരുന്നു. അതിന്റെ ചുമതല കുഞ്ഞമ്പുവിനെ ഏല്പിച്ചു. സമീപ പ്രദേ
ശങ്ങളിലെ ക്യാമ്പുകളിലും അദ്ദേഹം ചെന്നു. ഉപ്പുസത്യഗ്രഹ ജാഥയുടെ
സന്ദേശം എത്തിച്ചു. പകൽസമയത്ത് ഉപ്പുസമരത്തിന്റെ പ്രാധാന്യത്തെ
പ്പറ്റി അദ്ദേഹം ജനങ്ങളെ ബോധവല്ക്കരിച്ചു. രാത്രികളിൽ നാടകം കളി
ച്ചു. അടുത്തദിവസം കള്ളുഷാപ്പ് പിക്കറ്റ് ചെയ്തു. കുഞ്ഞമ്പുവിന്റെ
ജീവിതം ചടുലമാവുകയായിരുന്നു. ഉപ്പുസമരവളണ്ടിയർമാർക്ക് പയ്യന്നൂ
രിലെ പെരുമ്പയിൽ നല്കിയ വരവേല്പിൽ കുഞ്ഞമ്പുവും പങ്കെടുത്തു.
പയ്യന്നൂരിലെ നിസ്വാർത്ഥനായ കോൺഗ്രസ് നേതാവ് സി എച്ച് ഗോവി
ന്ദൻ നമ്പ്യാർ ജാഥാ സ്വീകരണത്തിന് മുൻനിന്നു പ്രവർത്തിച്ചിരുന്നു.
പൂർണ്ണസ്വാതന്ത്ര്യപ്രഖ്യാപനം നടന്ന പയ്യന്നൂരിൽത്തന്നെ ഉപ്പു സത്യഗ്ര
ഹവും നടക്കുന്നുവെന്നത് കുഞ്ഞമ്പുവിനെ സന്തോഷിപ്പിച്ചു. ജാഥാംഗ
ങ്ങൾക്ക് പാട്ടുപാടിക്കൊടുത്തുകൊണ്ട് മുന്നിൽ നടന്നിരുന്ന കറുത്ത മനു
ഷ്യൻ കുഞ്ഞമ്പുവിന്റെ സവിശേഷ ശ്രദ്ധ പിടിച്ചു പറ്റി. ധീരനായ ആ
സമരനായകൻ പി കൃഷ്ണപിള്ളയാണെന്ന് അദ്ദേഹം മനസ്സിലാക്കി.
പിന്നീട് കൃഷ്ണപിള്ള ഒരു വികാരവും വഴികാട്ടിയുമായി കുഞ്ഞമ്പു
വിൽ നിറഞ്ഞിരുന്നു. പയ്യന്നൂർ റെയിൽവേ സ്റ്റേഷനു പടിഞ്ഞാറുവശ
ത്തായുള്ള സാമുവൽ ആറോന്റെ കെട്ടിടത്തിലാണ് സമരവളണ്ടിയർമാർ
താമസിച്ചിരുന്നത്. ഉപ്പുപാടങ്ങൾക്ക് പൊലീസ് കാവലുണ്ടായിരുന്നെ
ങ്കിലും സമരവളണ്ടിയർമാർ ഒട്ടും കൂസാതെ ഉപ്പുമണ്ണ് വാരിയെടുത്ത്
നിയമം ലംഘിച്ചു. രാമന്തളിയിലും കുഞ്ഞിമംഗലത്തും തൃക്കരിപ്പൂരിലും
കാഞ്ഞങ്ങാട്ടുമെല്ലാം നിയമലംഘനം നടന്നു. കൃഷ്ണപിള്ളയും
സംഘവും കോഴിക്കോട് കടപ്പുറത്തും നിയമലംഘനം നടത്തി.
കുഞ്ഞമ്പു സത്യഗ്രഹസഹായ കേസുകളിലെല്ലാം ഓടി നടന്ന് ജനങ്ങളെ
ആവേശം കൊള്ളിച്ചു. ചെറുവത്തൂരിനടുത്തു തിമിരി പ്രദേശത്തെ പൊതു
യോഗത്തിൽ കുഞ്ഞമ്പുവിന്റെ പ്രസംഗം ഇങ്ങനെയായിരുന്നു:

കേട്ടിട്ടുണ്ടോ കൃഷ്ണപിള്ളയെന്ന ചെറുപ്പക്കാരന്റെ പേര്? കോഴി
ക്കോട്ടേക്ക് തിരിച്ച ജാഥയിൽ ആവുന്നത്ര ഉച്ചത്തിൽ സമരഗാനം
പാടിയ ചെറുപ്പക്കാരൻ—അതാണ് കൃഷ്ണപിള്ള. തിരുവിതാംകൂ
റുകാരനാണെന്നാ പറയുന്നത്. കോഴിക്കോട് കടപ്പുറത്ത് ഉപ്പുനി
യമം ലംഘിച്ചപ്പോൾ കഴുകന്മാരെ പോലെ പൊലീസ് ചാടിവീ
ണു. ഖിലാഫത്ത് കടപ്പുറത്ത് അടുപ്പു കൂട്ടി ചട്ടികൾ വച്ച് ഉപ്പുകു
റുക്കുകയായിരുന്നു. ത്രിവർണ്ണപതാക പിടിച്ച് ഉരുക്കു മനുഷ്യനായി
കൃഷ്ണപിള്ള നില്ക്കുന്നു. ഖദർ തൊപ്പിയിട്ട് വളണ്ടിയർമാർ പത്ത

വ്യൂഹം ചമയ്ക്കുന്നു. ചട്ടിക്കടിയിൽ തീജ്ജ്വാലയുയർന്നു. പെട്ടെ
ന്നായിരുന്നു പൊലീസിന്റെ ആക്രമണം. ഉരുക്കുദണ്ഡും മനുഷ്യ
മാംസവും തമ്മിൽ ഏറ്റുമുട്ടി. പൊലീസുകാരുടെ ലക്ഷ്യം ഉപ്പുച
ട്ടിയല്ലായിരുന്നു. അവർക്കുവേണ്ടത് ത്രിവർണ്ണപതാകയാണ്.

ചെറിയ ചെറിയ വാക്കുകളിൽ കുഞ്ഞമ്പു വിശദീകരിച്ചു. ജനങ്ങ
ളിൽ ആവേശത്തിന്റെ തീയെരിയിച്ചു. പൊലീസുകാർ കൃഷ്ണപിള്ളയെ
അടിച്ചുവീഴ്ത്തിയരംഗവും അദ്ദേഹം വിവരിച്ചു. കൃഷ്ണപിള്ളയെ മർദ്ദി
ച്ചവശനാക്കിയശേഷം കടപ്പുറത്തു കൂടി വലിച്ചിഴച്ചു. അപ്പോഴും ത്രിവർണ്ണ
പതാക കൃഷ്ണപിള്ളയുടെ മാറിൽ ഭദ്രമായിരുന്നു. കുഞ്ഞമ്പുവിന്റെ
വാക്കുകൾക്ക് അസാമാന്യകരുത്തുണ്ടായിരുന്നു. കരിവെള്ളൂരിൽ
കോൺഗ്രസ് സംഘടന രൂപീകരിക്കുന്നതിനെക്കുറിച്ചാണ് കുഞ്ഞമ്പു
പിന്നീട് ചിന്തിച്ചത്. അതിനു പാകത്തിൽ മണ്ണ് രൂപാന്തരപ്പെട്ടു. ഹരീശ്വരൻ
തിരുമുമ്പുമായി സംസാരിച്ചു. അപ്പുമാസ്റ്റർ, വി വി കുഞ്ഞമ്പു, കെ ഗോവിന്ദൻ,
പി കുഞ്ഞിരാമൻ തുടങ്ങിയവരുമായി കൂടിയാലോചിച്ചു. 1931 ൽ കരിവെ
ള്ളൂരിൽ കോൺഗ്രസ് കമ്മിറ്റി രൂപം കൊണ്ടു. പ്രസിഡന്റ് എ വി കുഞ്ഞ
മ്പു, സെക്രട്ടറി എം വി അപ്പുമാസ്റ്റർ. കരിവെള്ളൂരിന്റെ നാഡിഞരമ്പുക
ളിൽ പുതിയ ഉണർവ്വും ഉന്മേഷവും കോൺഗ്രസ് സംഘടന സൃഷ്ടിച്ചെന്ന്
കുഞ്ഞമ്പു അനുസ്മരിക്കുകയുണ്ടായി.

കോൺഗ്രസ് പ്രവർത്തനം ശക്തിപ്പെട്ടുവരുന്നതിനിടയിലാണ്
ഗാന്ധിജി ജയിൽ മോചിതനായത്. വൈസ്രോയിയുമായി അദ്ദേഹം സന്ധി
സംഭാഷണം നടത്തി. അതിന്റെ അടിസ്ഥാനത്തിൽ ഗാന്ധിജി സത്യഗ്രഹ
സമരം പിൻവലിച്ചു. ആ പ്രഖ്യാപനം ഉൾക്കൊള്ളാൻ കുഞ്ഞമ്പുവിന്
കഴിഞ്ഞില്ല. ഗാന്ധിജിക്ക് ചില ഉദ്ദേശ്യങ്ങളുണ്ടായിരിക്കാം. എന്തായാലും
ജനങ്ങൾ ഇളകിമറിയുമ്പോൾ അവരെ പെട്ടെന്ന് നിശ്ചലരാക്കിയത് ശരി
യല്ല. കോൺഗ്രസിലെ യുവതലമുറയാകെ അസ്വസ്ഥരായി. കരിവെള്ളൂ
രിലെ കോൺഗ്രസ് കമ്മിറ്റിയിലും രണ്ടഭിപ്രായമുണ്ടായി. ആ സന്ദർഭ
ത്തിലാണ് വടകരയിൽ കോൺഗ്രസ് സമ്മേളനം ചേരുന്നത്. ക്ഷേത്രപ്ര
വേശനത്തിനു വേണ്ടി സമരം നടത്തുവാൻ വടകര സമ്മേളനം തീരുമാ
നിച്ചു. ബ്രിട്ടനെ കെട്ടുകെട്ടിക്കുവാൻ ക്ഷേത്രപ്രവേശന സമരംകൊണ്ട്
കഴിയുമോ എന്നാണ് കുഞ്ഞമ്പു ചിന്തിച്ചത്. എങ്കിലും കോൺഗ്രസിന്റെ
ഔദ്യോഗിക തീരുമാനമെന്ന നിലയിൽ അദ്ദേഹം അതിന്റെ പ്രചാര
പ്രവർത്തനങ്ങളിലേർപ്പെട്ടു. ഗുരുവായൂർ ക്ഷേത്ര കവാടമാണ് സത്യഗ്രഹ
വേദിയായി തെരഞ്ഞെടുത്തത്. അവിടെ സവർണ്ണഹിന്ദുക്കൾക്കു മാത്രമേ
പ്രാർത്ഥിക്കാൻ ചെല്ലാവു. അവർണ്ണർക്ക് പരിസരത്തു പോലും കടന്നു
കൂടാ. ഇതിനെതിരെയാണ് ഗുരുവായൂർ സത്യഗ്രഹം സംഘടിപ്പിച്ചത്.

ബ്രിട്ടനെ ആട്ടിപ്പായിക്കാൻ ഗുരുവായൂരപ്പൻ എന്തുചെയ്യണം എന്ന്
ചിലർ പരിഹസിച്ചിരുന്നു. അവർക്ക് കുഞ്ഞമ്പു ചുട്ട മറുപടി തന്നെ
നല്കി. ഗുരുവായൂർ പ്രക്ഷോഭത്തെ ജാതിവിരുദ്ധവും സാമ്രാജ്യവിരുദ്ധ
വുമായ സമരത്തിന്റെ ഭാഗമാക്കിത്തീർക്കാനുള്ള പ്രചാരണപ്രവർത്തന

ങ്ങളിൽ കുഞ്ഞമ്പു സജീവമായി ഏർപ്പെട്ടു. ഗുരുവായൂരപ്പനെക്കുറിച്ചുള്ള പാട്ടുകൾ പാടിക്കൊണ്ടാണ് അദ്ദേഹം പ്രസംഗിച്ചത്. ശ്രീകൃഷ്ണന്റെ ലീലകൾ വിശദീകരിക്കും. എന്നിട്ടും കംസൻ ആ കുട്ടിയെ വകവരുത്താൻ ശ്രമിച്ചു. ബ്രിട്ടീഷ് സാമ്രാജ്യത്വം കംസന്റെ അവതാരമാണെന്ന് അദ്ദേഹം പറഞ്ഞു. കംസാധിപത്യത്തെ ചെറുക്കാൻ ജനങ്ങളൊന്നിക്കണം. ക്ഷേത്ര ത്തിന്റെ പേരിൽ കെട്ടിപ്പൊക്കിയ ജാതിക്കോട്ടകൾ തകർക്കണം. കുഞ്ഞ മ്പുവിന്റെയും കൂട്ടുകാരുടെയും ആഹ്വാനം ജനങ്ങളെ ആവേശഭരിതരാ ക്കിത്തീർത്തു. അപ്പുമാസ്റ്റർ, വി വി കുഞ്ഞമ്പു, കെ പി ആർ മാരാർ, കെ കൃഷ്ണൻ മാസ്റ്റർ, കടിഞ്ഞിയിൽ ഗോവിന്ദൻ മാസ്റ്റർ തുടങ്ങിയവ രുടെകൂടെ കുഞ്ഞമ്പു രാവിലെ ഇറങ്ങും. പരിസരങ്ങളിലെല്ലാം സഞ്ചരി ക്കും. വീടുകളിൽ ചെന്നിരുന്നും പ്രചാരണം നടത്തും. വീടുകളിൽ ചെന്നാൽ ആദ്യം നാട്ടുകാര്യവും വീട്ടുകാര്യവും പറയും. ഒടുവിലാണ് രാഷ്ട്രീയത്തിലേക്ക് കടക്കുക. ഗുരുവായൂർ സമരത്തിന്റെ ലക്ഷ്യവും സൂചിപ്പിക്കും. ഇങ്ങനെ ജനതയെ വ്യക്തിപരമായറിയാനും അവരുടെ പ്രശ്നങ്ങൾക്ക് പരിഹാരം കാണാനും കുഞ്ഞമ്പു ശ്രമിച്ചു. അദ്ദേഹത്തെ ജനപ്രിയനാക്കിത്തീർത്തത് ഈ സ്വഭാവവിശേഷമാണ്.

ഗുരുവായൂർ സത്യഗ്രഹത്തിന്റെ പ്രചരണാർത്ഥം എ കെ ജി യും കേരളീയനും നയിച്ച ജാഥയെ പയ്യന്നൂരിലെ കണ്ടോത്ത് വച്ച് ആക്രമി ക്കുകയുണ്ടായി. അടിയേറ്റ എ കെ ജി ബോധം കെട്ടുവീണിരുന്നു. വിവ രമറിഞ്ഞ കുഞ്ഞമ്പുവും സുഹൃത്തുക്കളും എ കെ ജിയെ സംരക്ഷി ക്കാൻ കണ്ടോത്തേക്ക് പുറപ്പെട്ടിരുന്നു. എന്നാൽ അധികാരികൾ പെട്ടെന്നുതന്നെ സംഭവത്തിലിടപെട്ടു. സഞ്ചാരസ്വാതന്ത്ര്യം എല്ലാവർക്കും ഉറപ്പ് വരുത്തുന്ന ഒരു ബോർഡ് അവിടെ സ്ഥാപിച്ചു. കുഞ്ഞമ്പു ആശു പത്രിയിലെത്തി എ കെ ജിയെ സന്ദർശിച്ച ശേഷമാണ് തിരിച്ചുപോയത്.

ഗുരുവായൂർ സത്യഗ്രഹവാർത്ത കുഞ്ഞമ്പുവിന്റെ കാരണവരെ രോഷം കൊള്ളിച്ചിരുന്നു. സമരപ്രചാരണത്തിൽനിന്നും മരുമകൻ പിന്തി രിയണമെന്ന് കാരണവരാവശ്യപ്പെട്ടു. ഗുരുവായൂരപ്പനെ തൊട്ടശുദ്ധമാ ക്കാനുള്ള നീക്കമാണ് കേളപ്പനും കൂട്ടരും നടത്തുന്നതെന്നും അമ്മാവൻ പറഞ്ഞു. കുഞ്ഞമ്പു അമ്മാവനെ പറഞ്ഞ് ബോദ്ധ്യപ്പെടുത്തുകയായി രുന്നു. ഗുരുവായൂർ സമരം ഗുരുവായൂരപ്പനെതിരായ സമരമല്ല. ബ്രിട്ടീഷ് ഭരണത്തിനെതിരെയുള്ള പ്രതികരണമാണ്.

ഗുരുവായൂർ സത്യഗ്രഹം നാട്ടിലാകെ സംസാരവിഷയമായി, സത്യ ഗ്രഹത്തെ എതിർക്കാൻ ചിലർ തുനിയുകയുണ്ടായി. കേളപ്പനെ കൂടാതെ പി കൃഷ്ണപിള്ളയും എ കെ ജിയുമാണ് ഗുരുവായൂർ സമരത്തിന് നേതൃ ത്വപരമായ പങ്ക് വഹിച്ചത്. സമരത്തിനിടയിലാണ് കൃഷ്ണപിള്ള മണി യടിച്ചത്. ക്ഷേത്രത്തിനകത്ത് കടന്ന് മണിയടിച്ചത് ക്ഷേത്രഭാരവാഹികളെ പ്രകോപിപ്പിച്ചു. ഗുണ്ടകൾ കൃഷ്ണപിള്ളയെ ക്രൂരമായി മർദ്ദിച്ചു. പിന്നെയും കൃഷ്ണപിള്ള മണിയടിച്ചുകൊണ്ടിരുന്നു. എ കെ ജിയെയും ക്രൂരമായി തല്ലിച്ചതച്ചു. ഗുരുവായൂർ സത്യഗ്രഹം സംഘർഷങ്ങളിലൂടെ

യും സംഘട്ടനത്തിലൂടെയുമാണ് മുന്നേറിയത്. ഒടുവിൽ കേളപ്പൻ നിരാ
ഹാര സമരം തുടങ്ങി. ഗാന്ധിജി ഇടപെട്ട് അതവസാനിപ്പിച്ചു.

സമരത്തിന്റെ വാർത്തകൾ കുഞ്ഞമ്പു അന്നന്ന് കരിവെള്ളൂർ ജന
തയെ അറിയിച്ചുകൊണ്ടിരുന്നു. സത്യഗ്രഹം നിർത്തിവെച്ചത് കുഞ്ഞ
മ്പുവിനെ അസ്വസ്ഥനാക്കി. നാടാകെ സമരോത്സുക അന്തരീക്ഷം
വളർന്നു വരികയായിരുന്നു. 'പടർന്നു കത്തുന്ന തീയിൽ വെള്ളമൊഴിച്ച
തുപോലെ' എന്ന് ആ അനുഭവത്തെ കുഞ്ഞമ്പു വിവരിക്കുന്നു.

ലണ്ടനിലെ വട്ടമേശസമ്മേളനം പരാജയത്തിൽ കലാശിച്ചതോടെ
ദുഃഖിതനും പ്രതികാരദാഹിയുമായി തിരിച്ചെത്തിയ ഗാന്ധിജിയെ
സർക്കാർ അറസ്റ്റു ചെയ്തു. ഈ സന്ദർഭമുപയോഗിച്ച് നിയമലംഘന
പ്രസ്ഥാനം ദേശവ്യാപകമാക്കിത്തീർക്കാൻ നേതാക്കൾ നിശ്ചയിച്ചു. ജന
ങ്ങളുടെ ആവേശം കെടാതെ നിലനിർത്താൻ കുഞ്ഞമ്പു രാപ്പകൽ ശ്രമം
നടത്തി. എന്നാൽ കോൺഗ്രസ് പ്രവർത്തനം സർക്കാർ നിരോധിച്ചു.
മർദ്ദനം അഴിച്ചുവിട്ട് പ്രവർത്തകരെ തളർത്താനും ശ്രമമുണ്ടായി. കുഞ്ഞ
മ്പുവിന് വിശ്രമമില്ലാത്ത നാളുകളായിരുന്നു അത്. നിയമലംഘനപ്രസ്ഥാ
നത്തിലേക്ക് ജനങ്ങളെ റിക്രൂട്ട് ചെയ്യാനും അവരെ ക്യാമ്പുകളിൽ താമ
സിപ്പിക്കാനും വേണ്ടതു ചെയ്തു. നിയമം ലംഘിക്കാൻ ആബാലവൃദ്ധം
ജനത മുന്നോട്ടുവന്നു. സമരാവേശം നാടാകെ ആളിക്കത്തി. കേമ്പുക
ളിൽ താമസിക്കുന്നവർക്ക് ഭക്ഷണം നല്കണം. രോഗികൾക്ക് ചികിത്സ
വേണം. എല്ലാറ്റിനും വേണ്ടത് പണം. കുഞ്ഞമ്പു കോൺഗ്രസ് കമ്മിറ്റി
വിളിച്ചുകൂട്ടി. പ്രശ്നം ചർച്ച ചെയ്തു. പണമില്ലാതെ പ്രവർത്തനം
തുടർന്നുകൊണ്ടു പോകാനാവില്ല. ഫണ്ടുണ്ടാക്കാനുള്ള നിർദ്ദേശം
മേൽഘടകത്തിൽനിന്നും ലഭിച്ചിരുന്നു. എന്നാൽ ഫണ്ടെങ്ങനെയുണ്ടാ
ക്കും. ആരിൽനിന്നു പിരിക്കും. നാടാകെ പട്ടിണിയാണ്. ഇനിയെന്ത് എന്ന
തിനെപ്പറ്റി വാക്കുതർക്കം നടന്നു. നിയമലംഘനം തുടരണമെന്നുതന്നെ
തീരുമാനിക്കപ്പെട്ടു. ഏതു നിയമമെന്നായി ചിന്ത. ഒടുവിൽ കാടുനിയമം
ലംഘിക്കാൻ ഏകകണ്ഠമായി തീരുമാനിച്ചു. കാടെന്നു പറഞ്ഞാൽ
സർക്കാർ വക ഫോറസ്റ്റാണ്. വനവിഭാഗങ്ങളാണ് സർക്കാരിന്റെ പ്രധാന
വരുമാനമാർഗ്ഗം. വനത്തിൽ കടന്ന് ആ വിഭവങ്ങൾ നാം ശേഖരിക്കണ
മെന്ന് കുഞ്ഞമ്പു പറഞ്ഞു. കാട്ടുതടികൾ വെട്ടിയെടുത്ത് വില്ക്കണം.
വിറ്റു കിട്ടുന്ന പണം ഫണ്ടിലേക്ക് വകയിരുത്തണം. ഒരുവിഹിതം കെ
പി സി സി ക്കും നല്കണം. ഈ നിർദ്ദേശം കെ പി സി സിക്കെഴുതി
സമ്മതം വാങ്ങണമെന്ന നിർദ്ദേശമുയർന്നു. അനുവാദത്തിന് എഴുതി
യാലും നിയമലംഘനം തുടരണമെന്നുതന്നെ ധാരണയായി. എവിടെ
ച്ചെന്ന് സമരം ചെയ്യുമെന്നും ചർച്ച നടന്നു. ഒടുവിൽ 'കാടക'ത്ത് ചെന്ന്
നിയമം ലംഘിക്കാമെന്ന് നിശ്ചയിക്കപ്പെട്ടു.

4

കാടകം സത്യഗ്രഹം

പഴയ കാസർഗോഡ് താലൂക്കിലെ പുല്ലൂർ-പെരിയ പഞ്ചായത്തി ലാണ് കാടകം. കർണ്ണാടകത്തോട് തൊട്ടുകിടക്കുന്ന കൊച്ചുഗ്രാമമാണത്. 1932 ജൂൺ 23 മുതൽ എ വി കുഞ്ഞമ്പുവിന്റെ നേതൃത്വത്തിൽ കാടകത്ത് ഐതിഹാസിക സമരം നടന്നുവെന്ന് പി കൃഷ്ണപിള്ള രേഖപ്പെടുത്തു ന്നു. ഗ്രാമീണർക്ക് വനത്തിൽനിന്ന് ഉണങ്ങിയ വിറകും പച്ചിലകളും ശേഖ രിക്കാൻ പരമ്പരാഗതമായി അവകാശമുണ്ടായിരുന്നു. ബ്രിട്ടീഷ് ഭരണകൂടം വനനിയമം നടപ്പിലാക്കിയപ്പോൾ ഈ അവകാശം നിഷേധിക്കപ്പെട്ടു. പരി സ്ഥിതി സംരക്ഷണമായിരുന്നില്ല ഈ നിയമത്തിന്റെ ലക്ഷ്യം. ബ്രിട്ടീഷു കാരുടെ താല്പര്യസംരക്ഷണമായിരുന്നു. ബ്രിട്ടന് ശക്തമായ നാവിക പ്പടയുണ്ടായിരുന്നു. നാവികപ്പടയ്ക്കാവശ്യമായ കപ്പലുകൾ നിർമ്മിക്കു ന്നതിന് കടുപ്പം കൂടിയ മരങ്ങൾ വേണമായിരുന്നു. മലബാറിലെയും തെക്കൻ കർണ്ണാടകത്തിലെയും വനങ്ങളിൽ ഇത്തരം മരങ്ങളുണ്ടായി രുന്നു.

വനനിയമം പാസാക്കിയതോടെ ജനങ്ങൾക്ക് കാട്ടിൽ പ്രവേശിക്കാൻ കഴിയാതായി. വനവിഭവങ്ങൾ ശേഖരിക്കുന്നത് തടസ്സപ്പെട്ടപ്പോൾ ജന ജീവിതം സങ്കടത്തിലാണ്ടു. ജനം പ്രതിഷേധിച്ചു തുടങ്ങി. ഈ പ്രതി ഷേധം കോൺഗ്രസ് ഏറ്റെടുത്തു. ജനതയുടെ മൗലികാവകാശം നിഷേ ധിക്കുന്നതിനെതിരെ ദേശീയാടിസ്ഥാനത്തിൽ തന്നെ പ്രക്ഷോഭത്തിനി റങ്ങാൻ കോൺഗ്രസ് ആഹ്വാനം ചെയ്തു. വനത്തിൽ പ്രവേശിച്ച് തടി കൾ വെട്ടിയെടുക്കുക, അവ വിറ്റ് പണമുണ്ടാക്കുക, അതിന്റെ ഓഹരി കെ പി സി സി സിക്ക് ഫണ്ടിലേക്ക് നല്കുക, ബാക്കി പണം കൊണ്ട് സത്യ ഗ്രഹ ക്യാമ്പുകളുടെ പ്രവർത്തനം നടത്തുക ഇതായിരുന്നു പരിപാടി

യെന്ന് കൃഷ്ണപിള്ള വിവരിക്കുന്നു. സത്യഗ്രഹികൾ ബലം പ്രയോഗിച്ച് ഗവൺമെന്റ് റിസർവ്വു വനത്തിൽ പ്രവേശിക്കുകയും ചന്ദനമരങ്ങൾ ഉൾപ്പെടെയുള്ളവ വെട്ടിമുറിക്കുകയും ചെയ്തു.

കരിവെള്ളൂരിൽനിന്ന് കുറച്ച് വളണ്ടിയർമാരെയുംകൊണ്ടാണ് കുഞ്ഞമ്പു കാടകത്തേക്ക് പോയത്. വളണ്ടിയർമാരിൽ മരം വെട്ടാനറി യുന്ന മൂന്നു നാലു പേരുണ്ടായിരുന്നു. കാഞ്ഞങ്ങാട്ടെത്തിയശേഷം സമ രവളണ്ടിയർമാരെല്ലാം ഒന്നിച്ച് മാർച്ച് ചെയ്യുകയായിരുന്നു.

"കാടകംസമരം സിന്ദാബാദ്
നിയമം ഞങ്ങൾ ലംഘിക്കും
ഭാരത് മാതാകീ ജയ്..!"

മുദ്രാവാക്യം വിളി അന്തരീക്ഷത്തിൽ മുഖരിതമായി. അഡ്വ. ഉമേശ് റാവു മഞ്ചുനാഥ ഹെഗ്ഡെ, രാമഹെഗ്ഡെ, നാരന്തട്ട കൃഷ്ണൻ നായർ, കൃഷ്ണമനോലിത്തായ തുടങ്ങിയവർ എ വി കുഞ്ഞമ്പുവിന്റെ കൂടെ മുന്നിൽ നടന്നിരുന്നു. കാടകം നാരന്തട്ട തറവാട്ടുകാരുടെ പത്തായപ്പുര യിലാണ് സമരവളണ്ടിയർമാർ ക്യാമ്പ് ചെയ്തത്. സത്യഗ്രഹം ഉദ്ഘാ ടനം ചെയ്തത് എ വി കുഞ്ഞമ്പുവാണ്. ബ്രിട്ടീഷ് സർക്കാരിന്റെ കാടൻ നിയമത്തെ വിമർശിച്ചുകൊണ്ട് അദ്ദേഹം പ്രസംഗിച്ചു. തുടർന്ന് നിയമം ലംഘിച്ച് അദ്ദേഹവും കൂട്ടുകാരും കാടകം വനത്തിൽ പ്രവേശിച്ചു. മര ങ്ങൾ വെട്ടിമുറിച്ചു. അധികാരം സ്ഥാപിച്ചു.

സത്യഗ്രഹം തുടർന്നുകൊണ്ടിരിക്കെ മലബാർ കളക്ടർറുടെ ഉത്ത രവനുസരിച്ച് ഒരു സംഘം പൊലീസ് കാടകത്തേക്ക് നീങ്ങി. കളക്ടർ ഈ സമരത്തെക്കുറിച്ച് മേലധികാരികളുമായി കൂടിയാലോചിച്ചിരുന്നു. ഗൗരവത്തോടെ പ്രശ്നം കൈകാര്യം ചെയ്യണമെന്ന് സർക്കാർ നിശ്ച യിച്ചു. കെ പി സി സി നേതൃത്വവും കാടകം സമരത്തെ ഗൗരവമായി കണ്ടു. ആ സമരരൂപം പുതുമയുള്ളതായിരുന്നു. ഉപ്പുനിയമം ലംഘിച്ച തുപോലെതന്നെ ജനം കാട് നിയമം ലംഘിക്കാനും മുന്നോട്ടുവന്നു. വന നിയമം പിൻവലിക്കണമെന്ന് കോൺഗ്രസ് ആവശ്യപ്പെട്ടു. സാമ്രാജ്യത്വ താല്പര്യങ്ങൾ കാത്തുരക്ഷിക്കുന്നതിന് ജനങ്ങളുടെ മൗലികാവകാശ ങ്ങൾ നിഷേധിക്കരുത്. ദേശവ്യാപകമായി അലയടിച്ച നിയമലംഘനക്കൊ ടുങ്കാറ്റു തന്നെയാണ് കാടകത്തിലും വീശിയടിച്ചത്. കാടകത്ത് സത്യഗ്ര ഹകേമ്പ് തുറന്നിരുന്നു. വനത്തിൽ കടന്ന് ചന്ദനമരങ്ങൾ മുറിച്ചു വീഴ്ത്തുക, അറസ്റ്റ് വരിക്കു എന്നിവയായിരുന്നു സമരരീതികൾ. നാടിന്റെ നാനാഭാ ഗങ്ങളിൽനിന്നും വളണ്ടിയർമാർ കാടകത്തേക്ക് പുറപ്പെട്ടിരുന്നു.

കൃഷ്ണപിള്ള ജയിൽ മോചിതനായ ഉടനെ കാടകത്തേക്ക് യാത്ര തിരിച്ചു. കേരളീയനെയും കൂടെക്കൂട്ടി. വഴിയിൽ വച്ച് കുഞ്ഞമ്പു വിനെകുറിച്ച് കൃഷ്ണപിള്ള ചോദിച്ചറിഞ്ഞു. രണ്ടുപേരും കരിവെള്ളൂരി

ലിറങ്ങി കുഞ്ഞമ്പുവിനെക്കുറിച്ചന്വേഷിച്ചു. എല്ലാവർക്കും നല്ലതേ പറ
യാനുണ്ടായിരുന്നുള്ളൂ. ധീരനും സാഹസികനുമായ യുവാവ്. നമുക്കു
പറ്റിയ കേഡറാണ് കുഞ്ഞമ്പു എന്ന് കൃഷ്ണപിള്ളയ്ക്ക് ബോദ്ധ്യപ്പെ
ട്ടു. കരിവെള്ളൂരിൽനിന്ന് രണ്ടുപേരും കാടകത്തേക്ക് പുറപ്പെട്ടു. കാൽനട
യാത്രയാണ്. സഞ്ചാരയോഗ്യമല്ലാത്ത വഴികൾ, ഭക്ഷണത്തിന് ഏർപ്പെ
ടില്ല. വിശ്രമസ്ഥലവുമില്ല. ബ്രിട്ടനെതിരെ കാടകത്ത് കുഞ്ഞമ്പു എന്ന
ചെറുപ്പക്കാരൻ നിയമം ലംഘിക്കുകയാണ്. അവിടെയെത്തി അദ്ദേഹത്തെ
പ്രോത്സാഹിപ്പിച്ചില്ലെങ്കിൽ പിന്നെന്ത് കോൺഗ്രസ് പ്രവർത്തനമെന്ന്
കൃഷ്ണപിള്ള പറഞ്ഞു. ജയിൽ ജീവിതവും പൊലീസ് മർദ്ദനവും അദ്ദേ
ഹത്തിന്റെ ദേഹം തളർത്തിയിരുന്നു. എങ്കിലും അതൊന്നും വകവെ
ക്കാതെ അദ്ദേഹം നടന്നു.

ഇങ്ങനെ നടന്നുറങ്ങിയും ഉറങ്ങിനടന്നും കേരളീയനും കൃഷ്ണ
പിള്ളയും കാടകത്തെത്തിച്ചേർന്നു. വനത്തിന്റെ ഒരു ഭാഗത്ത്
ത്രിവർണ്ണപതാക കണ്ടു. സമരരംഗം തിരിച്ചറിയാൻ അത് സഹാ
യിച്ചു. ഇരുവരും വനത്തിനുള്ളിലേക്ക് നടന്നു. മൂന്നുനാലുപേർ
മരം മുറിക്കുന്നുണ്ട്. കാക്കി നിക്കറും ഖദർ ബനിയനുമിട്ട കുറിയ
ഒരു ചെറുപ്പക്കാരൻ വിയർപ്പും കിതപ്പും തെല്ലും വകവെക്കാതെ,
അറ്റുവീഴാൻ പോകുന്ന ഒരു ചന്ദനമരത്തെ വടം കെട്ടിവലിച്ചുകൊ
ണ്ടിരിക്കുകയാണ്. വലിക്ക് ആക്കം കൂട്ടാൻ മുദ്രാവാക്യം വിളിയു
ണ്ട്... ഭാരത് മാതാ കീ ജയ്! നിയമലംഘനസമരം വിജയിക്കട്ടെ!
കൃഷ്ണപിള്ളയും കേരളീയനും അടുത്തെത്തിയതും ചന്ദനമരം
നിലത്തു വീണു. കൂറ്റൻ ചന്ദനമരം. വിയർപ്പ് തുടച്ച് ആഹ്ലാദ
ത്തോടെ ആ ചന്ദനമരത്തടിയിൽ കയറിനിന്ന് കുഞ്ഞമ്പു ഉറക്കെ,
'ഭാരത് മാതാകീ ജയ്!' എന്നു വിളിച്ചു. വളണ്ടിയർമാർ കുഞ്ഞ
മ്പുവിനോട് പറഞ്ഞു... "ആരോ രണ്ടുപേർ വന്നു നില്പുണ്ട്,
സൂക്ഷിക്കണം." കുഞ്ഞമ്പു തിരിഞ്ഞു നോക്കി. മുമ്പു കണ്ടതായി
ഓർക്കുന്നു. കേരളീയൻ കൃഷ്ണപിള്ളയോട് പറഞ്ഞു: "ഇതാണ്
കുഞ്ഞമ്പു." കൃഷ്ണപിള്ള ചിരിച്ചു. ആ ചിരി തനിക്ക് പരിചയമു
ണ്ട്. ഉപ്പുസത്യഗ്രഹ ജാഥയിൽ കണ്ട അതേ നറും പുഞ്ചിരി. തന്റെ
മുന്നിൽ നില്ക്കുന്നത് സാക്ഷാൽ കൃഷ്ണപിള്ളയാണ്. ആഹ്ലാ
ദവും ആവേശവും മനസ്സിൽ തിരതല്ലി. കൂടെയുണ്ടായിരുന്നവരെ
വിളിച്ച് കൃഷ്ണപിള്ളയെ പരിചയപ്പെടുത്തി. കുഞ്ഞമ്പുവിന്റെ
തോളിൽ കൈയിട്ടുകൊണ്ട് കൃഷ്ണപിള്ള നടന്നു. നാലഞ്ചു ചുവട്
വച്ചപ്പോൾ കൃഷ്ണപിള്ള ചോദിച്ചു. "സമരം എങ്ങനെയുണ്ട്?"
ഒട്ടും ഒളിച്ചുവയ്ക്കാതെ കുഞ്ഞമ്പു മറുചോദ്യം ഉന്നയിച്ചു!
"നിർത്താൻ സമയമായോ?" ചോദ്യം കേട്ട് കേരളീയനും കൃഷ്ണ
പിള്ളയും പൊട്ടിച്ചിരിച്ചു! "സമരം നിർത്തുന്ന പ്രശ്നമില്ല. വ്യാപ
കമാക്കണം." *(എ വി കുഞ്ഞമ്പു - എം എൻ കുറുപ്പ്)*

കാടകം സമരം തളർച്ചയിലേക്ക് നീങ്ങുകയായിരുന്നു. ആവശ്യത്തിന് വളണ്ടിയർമാരെ കിട്ടിയില്ലെങ്കിൽ സമരം നീട്ടിക്കൊണ്ടുപോകാനാവില്ല ല്ലോ. കാട്ടുമരങ്ങളുടെ ഇടയിലിരുന്ന് മൂവരും സംസാരിച്ചു. സമരത്തിന്റെ സ്വഭാവമാണ് കൃഷ്ണപിള്ള അന്വേഷിച്ചത്. ഭാവി പരിപാടികൾക്ക് രൂപം നല്കുകയും ചെയ്തു. കൃഷ്ണപിള്ളയും കേരളീയനും അന്ന് ആ കാട്ടിലെ ഷെഡ്ഡിൽ താമസിച്ചു. രാത്രി മുഴുവൻ രാഷ്ട്രീയ സംഭവവികാ സങ്ങൾ ചർച്ചചെയ്തു. വീണ്ടും കണ്ടുമുട്ടാമെന്നു പറഞ്ഞാണ് കേരളീ യനും കൃഷ്ണപിള്ളയും മടങ്ങിയത്.

കൃഷ്ണപിള്ളയുടെ വരവോടെ കാടകം സത്യഗ്രഹത്തിന് ആവേശം കൂടി. മലബാറിലാകെ സത്യഗ്രഹവാർത്ത പരന്നു. പ്രവർത്തകരിൽ പുതിയ ഉണർവ്വും ഉന്മേഷവും ഉണ്ടായി. അതിന്റെ ഫലമായി കാടക ത്തേക്ക് കൂടുതൽ സത്യഗ്രഹികൾ എത്തിത്തുടങ്ങി. വനനിയമം ലംഘി ക്കാൻ വരുന്ന വളണ്ടിയർമാർക്ക് ആരും ഭക്ഷണം കൊടുക്കരുതെന്ന് പൊലീസ് വിലക്കി. വിലക്ക് വകവയ്ക്കാതെ ജനം അരിയും ഭക്ഷണസാ ധനങ്ങളും എത്തിച്ചു. പൊലീസിന്റെ ഭീഷണി വർദ്ധിച്ചുവന്നു. കാട്ടിൽ പ്രവേശിക്കുന്നതും മരം വെട്ടുന്നതും തടഞ്ഞു. 1932 ആഗസ്ത് 15 ന് കാടകത്ത് വലിയ പൊതുയോഗം സംഘടിപ്പിച്ചു. ഒരുദിവസം വളണ്ടി യർമാർ ഒരു ഫോറസ്റ്റ് ബംഗ്ലാവ് കൈയേറി അവിടെ സ്വരാജ്യക്കൊടി കാട്ടി. വനസത്യഗ്രഹം തുടങ്ങി. രണ്ടുമാസം തികയുന്ന ആഗസ്ത് 23 ന് 'വനനിയമലംഘനദിന'മായി കൊണ്ടാടി. ഘോഷയാത്രയും പൊതുയോ ഗവും സംഘടിപ്പിച്ചു. കൂടുതൽ പൊലീസെത്തി സമരക്കാരെ നേരിട്ടു. അടിയും അറസ്റ്റും നടന്നു. അറസ്റ്റുചെയ്തവരെ ദൂരെ കൊണ്ടുപോയി വിട്ടു. ഇത് തുടർന്നുകൊണ്ടിരുന്നു. സത്യഗ്രഹികളെ സഹായിക്കുന്നവ രെയും അറസ്റ്റ് ചെയ്ത് ശിക്ഷിച്ചു. എ വി കുഞ്ഞമ്പുവിനെ ആഗസ്ത് 29 നാണ് അറസ്റ്റ് ചെയ്തത്. അന്ന് കോടതിയിൽ ഹാജരാക്കാതെ ദൂരെ കൊണ്ടുപോയി വിട്ടയച്ചു. അദ്ദേഹം നടന്നുവന്ന് വീണ്ടും സത്യഗ്രഹം നടത്തി. സെപ്തംബർ ഒന്നിന് അദ്ദേഹം വീണ്ടും അറസ്റ്റിലായി. കാസർഗോഡ് മജിസ്ട്രേറ്റ് അദ്ദേഹത്തെ നാലുമാസത്തെ കഠിനതടവിന് ശിക്ഷിച്ചു. മംഗലാപുരം ജയിലിലാണ് പാർപ്പിച്ചത്. ജയിലിലെ സ്ഥിതി വളരെ മോശമായിരുന്നെന്ന് കുഞ്ഞമ്പു അനുസ്മരിക്കുന്നുണ്ട്. കൊല പാതകികളോട് കാട്ടുന്ന പരിഗണനപോലും രാഷ്ട്രീയ തടവുകാരോട് കാട്ടി യിരുന്നില്ല. ജയിൽ ജീവിതം കുഞ്ഞമ്പുവിന് പുത്തനനുഭവമായിരുന്നു.

ജയിലിനുപുറത്ത് രാഷ്ട്രീയരംഗം ചൂട് പിടിച്ചുകൊണ്ടിരുന്നു. നിയമ ലംഘനം സാർവത്രികമായിത്തീർന്നു. സർക്കാരാകട്ടെ നിരോധനം ഏർപ്പെ ടുത്തി ബഹുജനമുന്നേറ്റത്തെ തടയാൻ ശ്രമിച്ചു. ആളുകൾ കൂടി നില്ക്ക രുതെന്ന് കല്പിച്ചു. കള്ളുഷാപ്പ് പിക്കറ്റിങ്ങും വിദേശ വസ്ത്രഷാപ്പ് പിക്ക റ്റിങ്ങും വിലക്കി. പക്ഷേ, ജനങ്ങൾ വിലക്കുകൾ ലംഘിച്ചുകൊണ്ടിരു

ന്നു. സമരാവേശം നാടിനെ സ്തംഭനാവസ്ഥയിലേക്ക് നീക്കി. കോഴിക്കോട്
ചേരാനിരുന്ന കോൺഗ്രസ് സംസ്ഥാനസമ്മേളനവും നിരോധിച്ചു.
അറസ്റ്റും മർദ്ദനവും തുടർന്നു. ഇതിനിടയിലാണ് എ കെ ജി അയിത്തോ
ച്ചാടനഘോഷയാത്ര സംഘടിപ്പിച്ചത്. രാഷ്ട്രീയ ഘോഷയാത്ര മാത്രമേ
സർക്കാർ വിലക്കിയിരുന്നുള്ളൂ. പ്രചാരണത്തിന് മറ്റൊരു സമരരൂപകം
എ കെ ജി ഏറ്റെടുക്കുകയായിരുന്നു. ജനങ്ങളുടെ ഉണർവ്വും ഉത്സാഹവും
കെടാതെ കാക്കുവാൻ അയിത്തോച്ചാടനഘോഷയാത്രയ്ക്ക് കഴിഞ്ഞു.
അയിത്തത്തിനെതിരായുള്ള പ്രചാരണം ബ്രിട്ടീഷാധിപത്യത്തിനെതിരെ
യുള്ള ബോധവല്ക്കരണമായിരുന്നു. കരിവെള്ളൂരിൽ അയിത്തോച്ചാട
നജാഥയ്ക്ക് സ്വീകരണമേർപ്പെടുത്തിയ ദിവസമാണ് കുഞ്ഞമ്പു ജയിൽ
മോചിതനായി നാട്ടിലെത്തുന്നത്. കുഞ്ഞമ്പു ജാഥയിൽ പങ്കെടുത്തു. കരി
വെള്ളൂരിലെ സ്വീകരണത്തിന്റെ ഭാഗമായി പന്തിഭോജനം ഏർപ്പെടുത്തി
യിരുന്നു. അയിത്തോച്ചാടന ജാഥയിൽ സവർണ്ണരും അവർണ്ണരും പങ്കെ
ടുത്തിരുന്നു. എന്നാൽ ഒന്നിച്ചിരുന്ന് ഭക്ഷണം കഴിക്കാൻ സവർണ്ണരിൽ
ചിലർ മടിച്ചു. കുഞ്ഞമ്പു അവരെ നിർബ്ബന്ധിച്ചെങ്കിലും അവർ മാറിനിന്നു.

അയിത്തോച്ചാടന ജാഥയോടൊപ്പം കുഞ്ഞമ്പു കോഴിക്കോട്ടേക്ക്
പോയി. കൊയിലാണ്ടിയിലെത്തിയപ്പോൾ പൊലീസ് തടഞ്ഞു. ജാഥ
നേതാക്കളെ അറസ്റ്റു ചെയ്തു. കുഞ്ഞമ്പുവും അറസ്റ്റിലായി. ഒമ്പതുമാ
സത്തെ തടവിന് ശിക്ഷിച്ചു. ആദ്യം കോഴിക്കോട് സബ്ജയിലിലാണ്
പാർപ്പിച്ചിരുന്നത്. പിന്നെ കണ്ണൂരിലേക്ക് മാറ്റി. കുഞ്ഞമ്പുവിന് റോഡു
പണിയും തോട്ടപ്പണിയുമായിരുന്നു. ജയിൽ ജീവിതം ദുസ്സഹമായിരു
ന്നെന്ന് അദ്ദേഹം രേഖപ്പെടുത്തിയിട്ടുണ്ട്. മലമൂത്രവിസർജ്ജനംപോലും
ദുഷ്കരമായിരുന്നു. കാളയെപ്പോലെ പണിയെടുത്തിട്ടും മൂത്രമൊഴിക്കാൻ
വിടാത്തത് ശരിയല്ലെന്ന് കുഞ്ഞമ്പു പറഞ്ഞു. ജയിലർ അതുകേട്ട് പരി
ഹസിച്ചു. സമയം തന്നില്ലെങ്കിൽ എന്തു ചെയ്യുമെന്ന് അയാൾ ചോദിച്ച
പ്പോൾ കുഞ്ഞമ്പു വെട്ടിത്തുറന്നു പറഞ്ഞു...! "മേശപ്പുറത്ത് മൂത്രമൊ
ഴിക്കും?" ജയിലർക്ക് ദേഷ്യം വന്നു. "ഫൂൾ" എന്ന് വിളിച്ചപ്പോൾ
കുഞ്ഞമ്പു മറുപടിയായി "ബ്ലഡിഫൂൾ" എന്ന് പ്രതികരിച്ചു. ജയിലറും
പൊലീസുകാരും ഞെട്ടി. കുഞ്ഞമ്പു മുണ്ട് മാടിക്കെട്ടി തയ്യാറായി നിന്നു.
ജയിലർ ഉടൻ കല്പിച്ചു. "ഇവനെ മുക്കാലിയിൽ കെട്ടി മുപ്പത് അടി
കൊടുക്ക്." പൊലീസുകാർ കുഞ്ഞമ്പുവിനെ പിടിച്ചുകെട്ടാൻ മുന്നോട്ടു
നീങ്ങി. അവരോട് കുഞ്ഞമ്പു പറഞ്ഞു: "മുക്കാലിയിൽ കെട്ടി അടിക്കാ
നാണ് പറഞ്ഞത്. പിടിച്ചുകെട്ടാനല്ല." പൊലീസുകാർ കുഴങ്ങി. ഒടുവിൽ
മുക്കാലി ഒരുക്കി ശിക്ഷ നടപ്പാക്കാനൊരുങ്ങിയപ്പോൾ ജയിൽ ഡോക്ടർ
വന്നു. ഡോക്ടർ കുഞ്ഞമ്പുവിനെ അടിക്കുന്നത് വിലക്കി: "ഒരടി
കൊണ്ടാൽ തന്നെ ഇയാൾ മരണപ്പെട്ടുപോകു"മെന്നു പറഞ്ഞു.
"ആരോഗ്യം വളരെ മോശമാണ്. കൊലക്കുറ്റത്തിന് ഉത്തരം പറയേണ്ടി

വരും." ഡോക്ടർ പോയപ്പോൾ ജയിലർ കല്പിച്ചു. "ഇവനെ ഏകാന്ത
ത്തടവിൽ കൊണ്ടിട്." അങ്ങനെ കുഞ്ഞമ്പു ഏകാന്തത്തടവിൽ കഴിയാ
നിട വന്നു. കുഞ്ഞമ്പുവിനെ സംബന്ധിച്ചിടത്തോളം ഏകാന്തത്തടവ് ഒര
നുഗ്രഹമായി. വിപ്ലവകാരിയായ ബച്ചിലാലിനെ പരിചയപ്പെട്ടത് അക്കാ
ലത്താണ്. നാഷണൽ റിപ്പബ്ലിക് ആർമി ലീഡറായിരുന്നു ബച്ചിലാൽ.
ഭഗത്സിങ്ങിന്റെയും ചന്ദ്രശേഖർ ആസാദിന്റെയും സഹപ്രവർത്തകനെ
യാണ് കുഞ്ഞമ്പുവിന് പരിചയപ്പെടാൻ കഴിഞ്ഞത്. ഊട്ടി ബാങ്ക് കൊള്ള
യടിച്ചാണ് ബച്ചിലാൽ ജയിലിലെത്തിയത്. അഭിമാനത്തോടെ അക്കാര്യം
കുഞ്ഞമ്പുവിനോട് പറഞ്ഞു. കുഞ്ഞമ്പുവിന് സംശയം. ബാങ്ക് കൊള്ള
യടിച്ചാൽ സ്വാതന്ത്ര്യം കിട്ടുമോ? ഒരു രാഷ്ട്രീയ പ്രവർത്തനത്തിന്റെ ഭാഗ
മായി ബാങ്ക് കൊള്ളയെ സ്വീകരിക്കാനദ്ദേഹത്തിനു കഴിഞ്ഞില്ല. കാടകം
വനത്തിൽച്ചെന്ന് ചന്ദനമരം മുറിച്ചത് ബാങ്ക് കൊള്ളയ്ക്ക് സമാനമല്ലേ
എന്ന് കുഞ്ഞമ്പു ചിന്തിച്ചു. ഗാന്ധിജി ജീവിച്ചിരിക്കുന്നതുവരെ ഭാരത
ത്തിന് സ്വാതന്ത്ര്യം കിട്ടാൻ പോകുന്നില്ലെന്ന് ബച്ചിലാൽ തറപ്പിച്ചു പറ
ഞ്ഞു.

    ആർക്ക് ജയ് വിളിച്ചിട്ടാണ് ജയിലിൽ വന്നതെന്ന് ബച്ചിലാൽ ചോദി
ക്കുന്നുണ്ട്. ഭാരത് മാതാവിനും ഗാന്ധിജിക്കും ജയ് വിളിച്ചിട്ടാണെന്ന്
കുഞ്ഞമ്പു പറഞ്ഞപ്പോൾ ബച്ചിലാൽ പരിഹസിക്കുകയായിരുന്നു.
നാട്ടിലെ പ്ലാവിൽ കയറി ഒരു ചക്ക മോഷ്ടിച്ച് ശിക്ഷ വാങ്ങാമായിരുന്നില്ലേ
എന്നയാൾ ചോദിച്ചു. മുപ്പത്തിനാലു വർഷമാണ് ബച്ചിലാലിനെ ശിക്ഷി
ച്ചത്. താടിരോമങ്ങൾ വളർന്നു നില്ക്കുന്ന ആ മുഖത്ത് ധീരത നിഴലിച്ചി
രുന്നു. മർദ്ദനംകൊണ്ടു ശരീരം കരിവാളിച്ചുവെങ്കിലും കണ്ണുകൾ തിള
ങ്ങുകയായിരുന്നു. അയാളുടെ ശബ്ദം പില്ക്കാലത്തും കുഞ്ഞമ്പുവിന്റെ
കാതുകളിൽ മുഴങ്ങിയിരുന്നു...

    "രാജ്ഗുരുവും ഭഗത്സിങ്ങും സുഖ്ദേവും വധിക്കപ്പെട്ടപ്പോൾ
ഗാന്ധിജി എന്തു പറഞ്ഞു? ഗാന്ധിജി മൗനം പൂണ്ടു. വല്ലതും അറിയാമോ?
അദ്ദേഹം ചുണ്ടനക്കിയിരുന്നെങ്കിൽ രാജ്ഗുരുവും സുഖ്ദേവും മരിക്കി
ല്ലായിരുന്നു. ഭഗത്സിങ് ഇന്ന് നമ്മോടൊപ്പം ഉണ്ടാകുമായിരുന്നു."

    ഇത്രയും പറഞ്ഞശേഷം ബച്ചിലാൽ അഴികളിൽ പിടിച്ചുകൊണ്ട്
വിങ്ങിക്കരഞ്ഞു. കുഞ്ഞമ്പുവിന് സഹിക്കാനായില്ല. ബച്ചിലാലിന്റെ
മുഖത്ത് നോക്കാൻ അദ്ദേഹത്തിന് ധൈര്യം വന്നില്ല. ഇടനാഴിയിലെ
ഇരുണ്ട അന്തരീക്ഷത്തിലൂടെ ബച്ചിലാലിന്റെ കണ്ണുകളിലെ ദീപ്തി
സ്വന്തം ഹൃദയത്തിലേക്ക് ഇരച്ചുകയറുന്നതുപോലെ അനുഭവപ്പെട്ടു. ജീവി
തത്തിലാദ്യമായി കുഞ്ഞമ്പു കിതച്ചു. അദ്ദേഹം തടവുമുറിയിലെ നിലത്ത്
മലർന്നു കിടന്നു. ആ മനസ്സിലേക്ക് രാജ്ഗുരുവും സുഖ്ദേവും ഭഗത്
സിങ്ങും കടന്നുവന്നു. ബച്ചിലാലിന്റെ ചോദ്യം തലച്ചോറിൽ മുഴങ്ങി. അവ
രുടെ ചോദ്യശരങ്ങളേറ്റ് കുഞ്ഞമ്പു പിടഞ്ഞു. എത്രനേരം അങ്ങനെ കിട

ന്നെന്നറിയില്ല. മുറിയിലാകെ പുതിയൊരു പ്രസരിപ്പ്. ഇരുട്ടിലും വഴികാ
ട്ടിയായി അത് വളർന്നു.

ബച്ചിലാലിന്റെ അഭിപ്രായം സ്വീകാര്യമാണെന്ന് കുഞ്ഞമ്പുവിനു തോന്നി. ഏകാന്തത്തടവിലിരുന്ന് അദ്ദേഹം ഭാവികാര്യങ്ങൾക്ക് രൂപം നല്കി. ഇതിനിടയിൽ പിന്നെയും ബച്ചിലാലിനെ കണ്ടു. ഇരുവരും തമ്മിൽ വാദപ്രതിവാദം നടത്തി. ഗാന്ധിജിയുടെ അഹിംസാരീതിയും ബച്ചിലാ ലിന്റെ ഭീകരമാർഗ്ഗവും തമ്മിൽ ആശയപ്പോരാട്ടം. ഗാന്ധിമാർഗ്ഗം ശരിയ ല്ലെന്ന് അദ്ദേഹത്തിന് തോന്നി. തണുപ്പൻ സമരംകൊണ്ട് സ്വാതന്ത്ര്യം കിട്ടില്ല. വ്യക്തിസത്യഗ്രഹത്തിന് ആഹ്വാനം ചെയ്ത ഗാന്ധിയൻ രീതി യോട് കുഞ്ഞമ്പുവിന് അമർഷം തോന്നി. ശപിക്കപ്പെട്ട അടിമത്തം പേറാൻ ഇനിയും സാദ്ധ്യമല്ല. അതിന് ബച്ചിലാലിന്റെ മാർഗ്ഗംതന്നെ പിന്തു ടരണം. ഈ ചിന്തയോടെയാണ് അദ്ദേഹം ജയിൽ മോചിതനായത്.

5

ഒരു നാടുവിടൽ

ജയിൽ മോചിതനായി നാട്ടിൽ തിരിച്ചെത്തിയ കുഞ്ഞമ്പു ഗാന്ധി യൻ മാർഗ്ഗത്തോട് വിട പറഞ്ഞുകഴിഞ്ഞിരുന്നു. ബ്രിട്ടീഷാധിപത്യം ചെറുത്തു തോല്പിക്കാൻ സായുധസമരംകൊണ്ടേ കഴിയൂ. ഉറ്റസുഹൃ ത്തായ ഡോ. ഗണേഷ് പൈയുമായി ആശയം പങ്കു വച്ചു. ഗണേഷ് പൈക്ക് തീവ്രവാദത്തോട് എതിർപ്പായിരുന്നു. എന്നാൽ, സന്തത സഹ ചാരികളായ കൃഷ്ണൻ നമ്പീശനും കരിമ്പിൻ കൃഷ്ണനും കുഞ്ഞമ്പു വിന് പൂർണ്ണപിന്തുണ നല്കി. മൂവരും കൂടിയാലോചന നടത്തി. ഭാവി പ്രവർത്തനം രൂപപ്പെടുത്തുന്നതിന് ഇന്ത്യയുടെ വർത്തമാനകാലാവസ്ഥ മനസ്സിലാക്കണം. അതിനെന്തുവഴി? കരിവെള്ളൂരിൽ ഒതുങ്ങിക്കഴിഞ്ഞ തുകൊണ്ട് പറ്റില്ലല്ലോ! അപ്പോൾ പിന്നെ? നാടുവിടണം. ഭാരതം ചുറ്റിക്ക റങ്ങണം. എവിടെനിന്നു തുടങ്ങണം? പൂനയിൽ ഡോ. രാജേന്ദ്രപ്രസാദ് പങ്കെടുക്കുന്ന കോൺഗ്രസ് സമ്മേളനം നടക്കുന്നുണ്ടെന്ന് കേട്ടിരുന്നു. നമുക്ക് ആ സമ്മേളനത്തിൽ പങ്കെടുക്കണം - കുഞ്ഞമ്പു പറഞ്ഞു. അങ്ങനെ മൂന്നുപേരും കൂടി ഭാരതപര്യടനത്തിനിറങ്ങി.

കൈയിൽ പണമുണ്ടോ എന്നാരും പരസ്പരം ചോദിച്ചില്ല. ഉടുത്തി രുന്ന മുണ്ടും കുപ്പായവുമേയുള്ളൂ. ഏതുവഴിക്കാണ് പോകേണ്ടതെന്നും നിശ്ചയമില്ല. രണ്ടും കല്പിച്ച് പുറപ്പെടുകയായിരുന്നു. ടിക്കറ്റിന് പണമി ല്ലായിരുന്നു. അതുകൊണ്ട് തീവണ്ടിയിൽനിന്ന് പിടിച്ചിറക്കി. അല്പദൂരം നടന്നശേഷം വീണ്ടും വണ്ടികയറി. പിടിച്ചിറക്കുന്നതുവരെ സ്വസ്ഥമായി രുന്നു. വിശന്നപ്പോൾ ഭക്ഷണം ചോദിച്ചു വാങ്ങി. നടന്നും വണ്ടികയ റിയും ഇറങ്ങിയും ഒരുവിധത്തിൽ ഗോവയിലെത്തി. വഴിയിൽ നമ്പീശൻ ഇറങ്ങിയിരുന്നു. എന്നാൽ അയാൾ പിന്നെ വണ്ടിയിൽ കയറിയില്ല. നമ്പീ ശനെ എവിടെ തിരക്കും എന്ന് കുഞ്ഞമ്പു ചിന്തിച്ചു. എവിടെയെങ്കിലും വച്ച് സന്ധിക്കാതിരിക്കില്ലെന്ന് സമാധാനിച്ചു.

കരിമ്പിൽ കൃഷ്ണനെയും കൂട്ടി കുഞ്ഞമ്പു നടന്നു. വിശപ്പുകൊണ്ട് ആകെ തളർന്നിരുന്നു. യാത്രാക്ലേശം ശരീരത്തെ തളർത്തി. ഉടുവസ്ത്രം നിറംമാറി. കണ്ണിൽ ഇരുട്ടുകയറുന്നു. ഇനിയും നടന്നാൽ വീണു പോകു മെന്ന് ഇരുവർക്കും തോന്നി. വഴിയരികിൽ വലിയൊരു വീട് കണ്ടു. കുഞ്ഞമ്പു പറഞ്ഞു: "കൃഷ്ണാ, നമുക്കാവീട്ടിൽ കയറിച്ചെല്ലാം." മടി ച്ചുനിന്നിട്ട് കാര്യമില്ലെന്ന് കൃഷ്ണനും തോന്നി. വലിയ മാളികയായിരു ന്നു. കുഞ്ഞമ്പു ധൈര്യത്തോടെ കയറിച്ചെന്നു. ധനികനായ സേട്ടുവിന്റെ മാളികയായിരുന്നു. സേട്ടു പൂമുഖത്ത് ചാരിയിരിപ്പുണ്ട്. മുഷിഞ്ഞ വേഷ ത്തോടെ വന്നുകയറിയ ചെറുപ്പക്കാരെ കണ്ട് സേട്ടു നിവർന്നിരുന്നു. എന്താ കാര്യമെന്നന്വേഷിച്ചു. "ഞങ്ങൾക്ക് വിശക്കുന്നു.... ഭക്ഷണം വേണം" എന്ന് കുഞ്ഞമ്പു പറഞ്ഞൊപ്പിച്ചു. അതുകേട്ട് സേട്ടു പൊട്ടിച്ചി രിച്ചു. പിന്നെ അയാൾ സംസാരിക്കാൻ തുടങ്ങി. കുഞ്ഞമ്പു പിന്നെയും വിശപ്പിന്റെ കാര്യം പറഞ്ഞു. സേട്ടുവിന് അതിഷ്ടപ്പെട്ടില്ല. "കടന്നുപോ" എന്നദ്ദേഹം ഗർജ്ജിച്ചു. നിരാശയോടെ കുഞ്ഞമ്പുവും കൃഷ്ണനും തിരികെ നടന്നു. ഗേറ്റിനടുത്തെത്താറായപ്പോൾ സേട്ടു വിളിച്ചു പറഞ്ഞു. "പണിയെടുക്കാമെങ്കിൽ ചോറ് തരാം!" കുഞ്ഞമ്പുവും കൃഷ്ണനും വീണ്ടും സേട്ടിന്റെ മുന്നിലെത്തി. "എന്തുപണി?" കുഞ്ഞമ്പു ചോദിച്ചു. സേട്ടു അവരെയും കൂട്ടി കിണറിനടുത്തേക്ക് നടന്നു. "ഇതിലെ ചെളിയും വെള്ളവും കോരി വൃത്തിയാക്കണം. കുഞ്ഞമ്പു കിണറിലേക്കെത്തി നോക്കി. ആഴമുള്ള കിണറാണ്. വെള്ളമുണ്ട്. പണിയാരംഭിക്കുന്നതിനു മുമ്പ് ആഹാരം തരണമെന്ന് കുഞ്ഞമ്പു പറഞ്ഞു. ഇരുവരെയുംകൊണ്ട് അല്പം പണിയെടുപ്പിച്ചശേഷമേ ആ സേട്ടു ആഹാരം കൊടുത്തുള്ളൂ. പട്ടിണി കിടന്നും പണിയെടുത്തും ശീലിച്ച കുഞ്ഞമ്പുവിന് ഇതിലൊന്നും അത്ര പുതുമ തോന്നിയില്ല.

കൃഷ്ണൻ കിണറ്റിലിറങ്ങി. കുഞ്ഞമ്പു കരയിൽനിന്ന് ചെളിയും വെള്ളവും വലിച്ചെടുത്തു. കുറേനേരം പണിയെടുത്തപ്പോൾ സേട്ടു ഭക്ഷണം നല്കി. ദേഹം കഴുകി ഇരുവരും ഭക്ഷണം കഴിച്ചു. ഇരുവരും യാത്ര പറയുമ്പോൾ സേട്ടു പത്തുരൂപയും നല്കി. ആ പണവുംകൊണ്ട് അവർ വാസ്കോഡി റെയിൽവേ സ്റ്റേഷനിലേക്ക് നടന്നു. തീവണ്ടി പുറ പ്പെടാനൊരുങ്ങുകയായിരുന്നു. ഇരുവരും അതിൽ കയറിപ്പറ്റി. വഴിക്ക് 'ലോണ്ട' സ്റ്റേഷനിലിറങ്ങി ഒന്നു ചുറ്റിയടിച്ചു. അവിടത്തെ പ്രകൃതി സൗന്ദര്യം ആസ്വദിച്ചു. പിന്നെ തീവണ്ടികയറി. പൂനയിലേക്കുള്ള യാത്ര യ്ക്കിടയിൽ രഹസ്യപൊലീസ് സമീപിക്കുകയുണ്ടായി. കുഞ്ഞമ്പു ഒരു പുസ്തകം വായിക്കുകയായിരുന്നു. രഹസ്യപൊലീസിന്റെ ശ്രദ്ധ പുസ്ത കത്തിലായിരുന്നു. എന്താ വായിക്കുന്നതെന്ന് പൊലീസ് ചോദിച്ചു. പുസ്ത കത്തിന്റെ പേരെന്തെന്നായി അടുത്ത ചോദ്യം. ഗാന്ധിജി എഴുതിയ *അനീതി കി കാഹ്പർ* എന്ന പുസ്തകമാണ്. ഗാന്ധിജിയുടെ പേർ കേട്ട രഹസ്യപൊലീസുകാർ ജാഗ്രത കൈകൊണ്ടു. കോൺഗ്രസ് സമ്മേളന ത്തിൽ പങ്കെടുക്കാൻ പോകുന്നവരാണിവരെന്ന് പൊലീസ് സംശയിച്ചു.

അതിന്റെ അടിസ്ഥാനത്തിൽ കല്യാൺ സ്റ്റേഷനിലെത്തിയപ്പോൾ കുഞ്ഞ
മ്പുവിനെയും കൃഷ്ണനെയും അറസ്റ്റ് ചെയ്തു. സ്റ്റേഷനിൽ ലോക്കപ്പ്
ചെയ്തെങ്കിലും ആഹാരം കൊടുത്തില്ല. സ്റ്റേഷനിൽ നിന്ന് ജാമ്യം കിട്ടു
മായിരുന്നു. അപരിചിതമായ പൂനാനഗരത്തിൽ പരിചയക്കാരായി ആരുണ്ട്!
എന്നാൽ വിവരമറിഞ്ഞ് ഒരദ്ധ്യാപകൻ സ്റ്റേഷനിലെത്തി. കുഞ്ഞമ്പുവി
നെയും കൃഷ്ണനെയും ജാമ്യത്തിലെടുത്തു. പൊലീസ് അധികാരിക്ക്
കുഞ്ഞമ്പുവിന്റെ ലക്ഷ്യമറിയണം. കുഞ്ഞമ്പു വിസ്തരിച്ചു പറഞ്ഞു
കേൾപ്പിച്ചു. പൂനാസമ്മേളനം കാണാനാണ് പുറപ്പെട്ടതെന്ന് കേട്ടപ്പോൾ
അധികാരിക്ക് സംശയം... പ്രതിനിധിയല്ല... നിരീക്ഷകനുമല്ല.. പിന്നെന്തിന്
വെറുതെ പോകുന്നു? ഇന്ത്യൻ സ്വാതന്ത്ര്യത്തോടുള്ള താല്പര്യമാണ്
തങ്ങളെ ഇറങ്ങിത്തിരിക്കാൻ പ്രേരിപ്പിച്ചതെന്ന് കുഞ്ഞമ്പു അറിയിച്ചു.
അടുത്ത ദിവസം രാവിലെ ഹാജരാകണമെന്ന വ്യവസ്ഥയിലാണ് ജാമ്യ
ത്തിൽ വിട്ടത്. എന്നാൽ കുഞ്ഞമ്പുവും കൃഷ്ണനും പൂനാസമ്മേളന
ത്തിൽ പങ്കെടുക്കാൻ പോയി. സമ്മേളനസ്ഥലത്തിനു ചുറ്റും കുഞ്ഞ
മ്പുവും കൃഷ്ണനും ചുറ്റിക്കറങ്ങി. സമ്മേളനത്തിൽ നടക്കുന്ന ചർച്ചക
ളെപ്പറ്റി ഏകദേശമറിഞ്ഞു. തണുപ്പൻ ചർച്ചയായിരുന്നു. കുഞ്ഞമ്പുവിന്
നിരാശ തോന്നി. ചെറുപ്പക്കാരുടെ ശബ്ദം അവിടെയും അവഗണിക്കപ്പെട്ടു.

ചുറ്റിക്കറങ്ങുന്നതിനിടയിൽ കുഞ്ഞമ്പു ചില ചെറുപ്പക്കാരെ പരിച
യപ്പെട്ടു. അവരും നിരാശരായിരുന്നു. കുഞ്ഞമ്പുവിനെപ്പോലെ വന്നെത്തി
യവരാണവരും. അവരുമായി ആശയവിനിമയം നടത്തി. അക്രമരാഹിത്യം
തടിതപ്പാനുള്ള ഒരടവാണെന്ന് ആ ചെറുപ്പക്കാർ പറഞ്ഞപ്പോൾ കുഞ്ഞ
മ്പുവിന് ആശ്വാസമായി. തന്നെപ്പോലെ ചിന്തിക്കുന്നവർ ഇന്ത്യയിലുണ്ട്.
ആ രാത്രി അവരെല്ലാം ഒന്നിച്ചാണ് കഴിഞ്ഞത്. ഉറക്കം വരുന്നതുവരെ
സ്വാതന്ത്ര്യത്തെക്കുറിച്ച് ചർച്ച ചെയ്തു. ആയുധമെടുക്കാതെ ബ്രിട്ടനെ
തുരത്താനാകില്ലെന്ന നിഗമനത്തിൽ കുഞ്ഞമ്പുവും ചെറുപ്പക്കാരും
എത്തിച്ചേർന്നു.

നാടുവിടൽ ഫലപ്രദമായെന്ന് കുഞ്ഞമ്പുവിന് തോന്നി. തന്റെ വഴി
ശരിയായ വഴിയാണെന്ന് ബോദ്ധ്യപ്പെട്ടു. തന്നെപ്പോലെ ചിന്തിക്കുന്നവർ
ഇന്ത്യയിലങ്ങോളമിങ്ങോളമുണ്ട്. എല്ലാവർക്കും ഒന്നിക്കാൻ കഴിഞ്ഞെ
ങ്കിൽ എന്നദ്ദേഹം ആശിച്ചു. അടുത്ത ദിവസം ഇരുവരും കല്യാൺ
പൊലീസ് സ്റ്റേഷനിൽ ഹാജരായി. ജാമ്യം നിഷേധിക്കപ്പെട്ടതിനാൽ
അറസ്റ്റ് രേഖപ്പെടുത്തി. അവിടെനിന്നും മംഗലാപുരം സ്റ്റേഷനിലേക്ക്
കൊണ്ടുവന്നു. ഒടുവിൽ ചന്തേര പൊലീസ് സ്റ്റേഷനിലും എത്തിച്ചു. അവി
ടത്തെ ഇൻസ്പെക്ടർ താക്കീത് നല്കി ഇരുവരെയും വിട്ടയച്ചു. നടന്ന്
ജന്മനാട്ടിൽത്തന്നെ തിരികെയെത്തി. കാഴ്ചകൾ കണ്ടു രസിക്കാനായി
രുന്നില്ല കുഞ്ഞമ്പുവിന്റെ നാടുവിടൽ. സമാനഹൃദയരെ കണ്ടെത്തുന്ന
തിനുവേണ്ടിയായിരുന്നു.

നിയമലംഘനം പിൻവലിച്ചതോടെ കോൺഗ്രസിൽ ചേരിതിരിവ് രൂപ
പ്പെട്ടു. ഇ എം എസും കൃഷ്ണപിള്ളയും ഒരുവശത്ത്. തൊഴിലാളികളും

കൃഷിക്കാരും യുവജനവിദ്യാർത്ഥികളും അവരുടെ പിന്നിലണിനിരന്നു. 1934 ഒക്ടോബറിൽ ഷൊർണ്ണൂരിൽ കൂടിയ കേരള സംസ്ഥാന കോൺഗ്രസ് സമ്മേളനം ഗാന്ധിയൻ മാർഗ്ഗത്തോട് വിയോജിപ്പ് പ്രകടിപ്പിച്ചു. കുഞ്ഞമ്പു ഈ വാർത്തയറിഞ്ഞ് ആവേശം കൊണ്ടു. ഇനി കരിവെള്ളൂരിലെ യുവാക്കളെ നിഷ്ക്രിയരാക്കാൻ പാടില്ല. തീവ്രവാദ പ്രസ്ഥാനം തന്നെയാണ് ശരി. അതിനു യോജിച്ചവർ യുവാക്കളാണ്. ഇനി നേരം കളയരുത്. യുവാക്കളെ ഒന്നിച്ചു ചേർക്കണം. അതിനായി കുഞ്ഞമ്പുവിന്റെ പിന്നീടുള്ള ശ്രമം.

6

അഭിനവ ഭാരത് യുവക് സംഘം

യുവതലമുറയെ വിപ്ലവപ്പാതയിലേക്ക് നയിക്കുക എന്ന ലക്ഷ്യ ത്തോടെ എ വി കുഞ്ഞമ്പു മുൻകൈയെടുത്ത് രൂപം കൊടുത്ത കൂട്ടാ യ്മയാണ് 'അഭിനവ ഭാരത് യുവക് സംഘം? പുതിയ ഭാരതത്തിനുവേ ണ്ടിയുള്ള യുവാക്കളുടെ സംഘടന. എ കെ ജിയോടൊപ്പം അയിത്തോ ച്ചാടന ജാഥയിൽ പങ്കെടുത്ത് അറസ്റ്റിലായ കുഞ്ഞമ്പു ജയിലിൽനിന്നും പുത്തൻ ഉണർവ്വോടെ തിരിച്ചെത്തി. അടുത്ത സമരമുഖം തേടി അദ്ദേ ഹത്തിന്റെ മനസ്സ് തുടിക്കുകയായിരുന്നു. ആയുധം കാട്ടി അടിമത്തം അടി ച്ചേല്പിക്കുന്നവരെ ആയുധം കൊണ്ടുതന്നെ നേരിടണമെന്നദ്ദേഹം പറ ഞ്ഞു. ഇതിന് യുവജനങ്ങളുടെ ഒരു സംഘടനയുണ്ടാകണം. പഞ്ചാബിൽ ഭഗത്സിങ് യുവാക്കളുടെ ഒരു സംഘടനയ്ക്ക് രൂപം നല്കിയിരുന്നു. അതിന്റെ മാതൃകയിലാണ് 'അഭിനവ ഭാരത് യുവക് സംഘം' രൂപീകരി ച്ചത്. വാഗ്ഭടാനന്ദ ഗുരുദേവന്റെ 'ആത്മവിദ്യാസംഘ'വും കുഞ്ഞമ്പുവിന് പ്രേരകമായി. അങ്ങനെ കരിവെള്ളൂരിലെ മണക്കാട്ടുള്ള വന്നലക്കോട്ട് വയലിൽ കരിമ്പിൽ കുഞ്ഞിരാമന്റെ പീടികയിൽ യുവാക്കൾ ഒത്തുകൂ ടി. 1934 ഏപ്രിൽ 13 നാണത്. യുവജനങ്ങളുടെ സമരോത്സുകതയ്ക്ക് ഒരൈക്യവേദിയുണ്ടായി. സ്വാതന്ത്ര്യം ഇന്ത്യക്കാരുടെ ജന്മാവകാശമാ ണെന്ന് കരിവെള്ളൂരിലിരുന്ന് ഒരു സംഘടന പ്രഖ്യാപിച്ചു.

അഭിനവഭാരത് യുവജനസംഘം
ശുഭകരമൂതുക ഘനജലശംഖം.
ബഹുജന നന്മക്കായ് തങ്ങടെ സൗഖ്യം
ബലികഴിക്കുക തന്നെ യുവജന ഭാഗ്യം.
സകലചരാചര സേവന ധർമ്മം
സകരുണനീശന്റെ സേവന കർമ്മം.

എന്ന് മഹാകവി കുട്ടമത്ത് സംഘത്തെപ്പറ്റി പാടുകയുണ്ടായി. പീടിക ക്കോലായിൽ റാന്തൽവിളക്കിന്റെ വെളിച്ചത്തിൽ രാജ്യത്തിനുവേണ്ടി പൊരുതി മരിക്കാൻ തയ്യാറാണെന്ന് യുവാക്കൾ പ്രതിജ്ഞ ചെയ്തു. സംഘം പ്രസിഡന്റായത് കുഞ്ഞമ്പു. ത്രേത്രവൻ കൃഷ്ണൻ നായർ സെക്രട്ടറി. സംഘത്തിന്റെ ലക്ഷ്യം കുഞ്ഞമ്പു വിശദീകരിച്ചു.

ഇത്രയും നാളത്തെ സ്വാതന്ത്ര്യസമരത്തിന്റെ ഫലം എന്താണ്? സമരത്തിൽ മർദ്ദനവും അറസ്റ്റും അനുഭവിച്ചത് ചെറുപ്പക്കാരാണ്. പ്രമാണിമാരും വക്കീലന്മാരും പങ്കെടുത്തെങ്കിലും യുവാ ക്കൾക്കാണ് പീഡനമേൽക്കേണ്ടിവന്നത്. ജയിലിലും യുവാക്കൾക്ക് ദുരിതമായിരുന്നു. നിയമസഭയിൽ അംഗമായാലോ മന്ത്രിസ്ഥാനം കിട്ടിയാലോ ഇന്ത്യക്ക് സ്വാതന്ത്ര്യം കിട്ടില്ല. സ്വാതന്ത്ര്യത്തിന്റെ ലക്ഷ്യം രാഷ്ട്രീയ അധികാരം കൈവരലാണ്. അതിന് സമാധാനം പറ്റില്ല. വിപ്ലവം തന്നെ വേണം. സത്യവും അഹിംസയും വിപ്ല വത്തെ തടയുന്നതാണ്. സോവിയറ്റ് റഷ്യയിൽ വിപ്ലവം നടന്നത് അഹിംസകൊണ്ടാണോ? അല്ല. അവിടത്തെ വിപ്ലവപരിപാടി നമുക്കും സ്വീകരിക്കണം. മുതലാളിത്തവും ജന്മിത്തവും ഇല്ലാതാ വണം. പാവപ്പെട്ടവരുടെ ഒരു പുതിയ ഭാരതം അതാണ് സ്വാത ന്ത്ര്യത്തിന്റെ ലക്ഷ്യം.

കുഞ്ഞമ്പുവിന്റെ വിശദീകരണത്തെപ്പറ്റി ചർച്ച നടന്നു. ലക്ഷ്യത്തെ പ്പറ്റി ആർക്കും എതിരഭിപ്രായമില്ല. എന്നാൽ യുവജനങ്ങളെ സംഘടിപ്പി ക്കുന്നതെങ്ങനെ? അതെളുപ്പമാണോ? കോൺഗ്രസിന്റെ പേരിൽ യുവാ ക്കളെ സംഘടിപ്പിക്കാനാവില്ല. മാത്രമല്ല, നാട്ടുകാരുടെ സഹകരണവും വേണം. അതിന് നാട്ടുകാരെ ആദ്യം സഹായിക്കണം. അതിനുള്ള പരി പാടികൾ ഉണ്ടാവണം. ജനങ്ങൾക്ക് ഗുണപ്രദമാകുന്നതാകണം പരിപാ ടികൾ. ഗ്രാമോദ്ധാരണം എന്ന മുദ്രാവാക്യം നാം ഉയർത്തിപ്പിടിക്കണ മെന്ന് കുഞ്ഞമ്പു നിർദ്ദേശിച്ചു. ഗ്രാമശുചീകരണം, വിദ്യാഭ്യാസപ്രവർത്ത നം, രോഗശുശ്രൂഷ എന്നിവയിലേർപ്പെടണം. പാവപ്പെട്ടവരെ ദ്രോഹിക്കാൻ വരുന്നവരെ കായികമായി നേരിടണം. ജന്മിമാരോട് വിട്ടുവീഴ്ച കൂടാതെ പോരാടണം. അവരാണ് ബ്രിട്ടനെ താങ്ങിനിർത്തുന്നതും, സ്വാതന്ത്ര്യത്തെ തടസ്സപ്പെടുത്തുന്നതും. 'അഭിനവഭാരത് യുവക്' സംഘത്തിന്റെ പ്രവർത്തനം നാനാഭാഗങ്ങളിലേക്കും വ്യാപിപ്പിക്കണമെന്നും തീരുമാനി ച്ചു. സമീപപ്രദേശങ്ങളിലെല്ലാം യൂണിറ്റുകളുണ്ടാക്കണം. കൃഷിക്കാ രെയും തൊഴിലാളികളെയും വിദ്യാർത്ഥികളെയും സംഘടിപ്പിക്കണം. പാവപ്പെട്ടവർക്ക് അക്ഷരം പകർന്നുകൊടുക്കാൻ നിശാപാഠശാലകൾ സ്ഥാപിക്കണം. ജീവിതത്തിന്റെ സമസ്തമേഖലയിലും സക്രിയമായിട പെടുന്ന യുവജനക്കൂട്ടായ്മയായി സംഘത്തെ മാറ്റിത്തീർക്കണമെന്ന് കുഞ്ഞമ്പു പറഞ്ഞു. സെക്രട്ടറിയും പ്രസിഡന്റും കൂടാതെ പി കുഞ്ഞി രാമൻ, ഒ വി കുഞ്ഞമ്പു നായർ, കരിമ്പിൽ കുഞ്ഞിരാമൻ, സി വി കുഞ്ഞി

രാമൻ എന്നിവരെ യോഗം തിരഞ്ഞെടുത്തു.

കരിവെള്ളൂരിൽ കുഞ്ഞമ്പുവിന്റെ നേതൃത്വത്തിൽ യുവാക്കളുടെ സംഘടന രൂപീകരിച്ച വാർത്ത നാടാകെ പരന്നു. സംഘം അടുത്ത ദിവസം തന്നെ പ്രവർത്തനനിരതമായി. ഇടവഴി നന്നാക്കിക്കൊണ്ടാണ് പ്രവർത്തനം തുടങ്ങിയത്. കുഞ്ഞമ്പുവും സുഹൃത്തുക്കളും തൂമ്പയും പിക്കാസും കത്തിയുമായിറങ്ങി. കുണ്ടുംകുഴിയും മണ്ണിട്ടുനികത്തി. കാടു കൾ വെട്ടിത്തെളിയിച്ചു. വഴിവക്കിലെ ചപ്പുചവറുകൾ നീക്കം ചെയ്തു. പിറ്റെദിവസം കുളം വൃത്തിയാക്കി. കിണറുകൾ വെള്ളവും ചളിയും കോരിമാറ്റി വൃത്തിയാക്കിക്കൊടുത്തു. ജനങ്ങൾ വിസ്മയത്തോടെ എല്ലാം കണ്ടു. കരിവെള്ളൂരിലെ യുവാക്കൾ കുഞ്ഞമ്പുവിന്റെ കീഴിൽ ജനസേ വനം നടത്തുന്നു. അവശരായ രോഗികളെ ശുശ്രൂഷിച്ചു. നാട്ടിന്റെ രക്ഷ കരായി ഒരുസംഘം ചെറുപ്പക്കാർ ഉയർന്നുവരുന്നു. നാട്ടുകാരിൽ രക്ഷാ ബോധമുണ്ടായി. ജന്മി ഗുണ്ടകൾ കുഞ്ഞമ്പുവിന്റെ പ്രവർത്തനങ്ങളെ പരിഹസിച്ചു. വൃത്തിയാക്കിയ വഴികളിൽ മലമൂത്രവിസർജ്ജനം നടത്തി. കുഞ്ഞമ്പു ക്ഷമയോടെ പ്രശ്നം കൈകാര്യം ചെയ്തു. പിന്നെയും ഗുണ്ട കൾ പരിഹസിച്ചപ്പോൾ കുഞ്ഞമ്പു പറഞ്ഞു. "നിന്നെ ഇങ്ങോട്ടയച്ചവന്റെ എല്ല് ഞങ്ങൾ പൊടിപൊടിക്കും." ഗുണ്ടകൾ ഭയന്നുപിന്മാറി. ജന്മിയെ കുഞ്ഞമ്പുവിന്റെ ധിക്കാരം അറിയിച്ചു. അതുകേട്ട ജന്മിക്ക് കലി കയറി. അയാൾ ഗുണ്ടകളോടൊപ്പം കുഞ്ഞമ്പുവിനെ കാണാനെത്തി. "എന്റെ എല്ല് പൊടിപൊടിക്കുമെന്നു പറഞ്ഞു. അതാ ഇങ്ങോട്ടുവന്നത്. കാണ ട്ടെ." ജന്മി പറഞ്ഞു. കുഞ്ഞമ്പുവും വിട്ടില്ല. "ഗുണ്ടകളെ വിട്ട് ഞങ്ങളെ തടസ്സപ്പെടുത്തിയാൽ എല്ലല്ല പല്ല് തന്നെ കൊഴിക്കും." കുഞ്ഞമ്പുവിന്റെ വാക്ക് ജന്മിയെ തെല്ല് ഭയപ്പെടുത്തി. അനുനയസ്വരത്തിൽ അയാൾ പറ ഞ്ഞു: "കുഞ്ഞമ്പുവും കൂട്ടരും ചെയ്യുന്നത് നല്ല കാര്യം തന്നെ. എന്നാൽ ഞങ്ങളെ ദ്രോഹിക്കാൻ ആളെ സംഘടിപ്പിക്കുന്നത് നടക്കില്ല." ജന്മിയും ഗുണ്ടകളും സ്ഥലം വിട്ടെങ്കിലും അവർ യുവക് സംഘത്തിനെതിരെ പ്രച രണം നടത്തി. കുഞ്ഞമ്പു ജന്മിവിരുദ്ധ സംഘമാണ് സംഘടിപ്പിച്ചത്. നാട്ടിൽ കുഴപ്പമുണ്ടാക്കാനാണ് ശ്രമിക്കുന്നത്. കുപ്രചരണം അഴിച്ചുവിട്ട് യുവാക്കളെ കുഞ്ഞമ്പുവിനെതിരെ തിരിക്കാൻ നീക്കംനടന്നു. കുഞ്ഞ മ്പുവും ചെറുപ്പക്കാരും വാശിയോടെ രംഗത്തിറങ്ങി. ജന്മിഗുണ്ടകൾക്ക് അഴിഞ്ഞാടാൻ പറ്റില്ല എന്ന നിലയുണ്ടായി. കുടുംബ പ്രശ്നങ്ങളും അതിർത്തിത്തർക്കങ്ങളും മറ്റു നാട്ടുവഴക്കുകളും കുഞ്ഞമ്പുവും കൂട്ടരും ഇടപെട്ട് പരിഹരിച്ചു. നാട്ടിൽ സൈരജീവിതം കളിയാടി. വിവാഹം, മര ണം, ചോറൂണ്, പേറ് വിളി എന്നിങ്ങനെയുള്ള എല്ലാ കാര്യങ്ങളിലും യുവജനസംഘം വേണമെന്നായി. കരിവെള്ളൂരിന്റെ നേതൃത്വം തന്നെ യുവജനസംഘത്തിന്റെ കൈയിലായി.

കേരളീയൻ യുവജനസംഘത്തെക്കുറിച്ചറിയാൻ കരിവെള്ളൂരിലെ ത്തുന്നുണ്ട്. കുഞ്ഞമ്പുവിനെ അന്വേഷിച്ച് മണക്കാട്ടെത്തിയ അദ്ദേഹം അവിടെ കണ്ട ഒരു രംഗം വിവരിക്കുന്നു.

മണക്കാട്ട് ഒരു ദേശീയ പാഠശാല നടക്കുന്നുണ്ടായിരുന്നു. ഞാൻ കടന്നു ചെല്ലുമ്പോൾ കുഞ്ഞമ്പു ചോക്ക് കൈയിൽപ്പിടിച്ച് ബ്ലാക്ക് ബോർഡിനടുത്ത് നില്ക്കുകയാണ്. ബോർഡിൽ വലുപ്പത്തിൽ അക്ഷരങ്ങളെഴുതിയിട്ടുണ്ട്. പഠിക്കാനിരിക്കുന്നത് പ്രായം ചെന്ന വരാണ്. കരിവെള്ളൂരിന്റെ നാനാഭാഗങ്ങളിലും നിന്നും വന്ന കൃഷി ക്കാർ. അക്ഷരങ്ങൾ മാത്രമല്ല അദ്ദേഹം പഠിപ്പിച്ചത്. ലോക കാര്യ ങ്ങളും പഠിപ്പിച്ചു. എന്നെ വളരെയേറെ ആകർഷിച്ച ഒരു രംഗമാ യിരുന്നു അത്. പഠിതാക്കളെല്ലാം താല്പര്യത്തോടെ ശ്രദ്ധിക്കു ന്നു. ആ ക്ലാസിലിരുന്ന് എഴുത്തും വായനയും അഭ്യസിച്ചവർ പില്ക്കാലത്ത് കരിവെള്ളൂരിന്റെ രാഷ്ട്രീയ സമരത്തിൽ പങ്കാളിക ളായി. അക്ഷരം പഠിപ്പിച്ചതിനുശേഷം കുഞ്ഞമ്പു പാട്ടുപാടി. ക്ലാസിൽ കുനിഞ്ഞിരുന്നപ്പോഴുണ്ടായ മടുപ്പ് മാറ്റുവാൻ ആ പാട്ട് ഉപകരിച്ചു.

ക്ലാസ് കഴിഞ്ഞിട്ടേ കുഞ്ഞമ്പു കേരളീയനെ സ്വീകരിച്ചുള്ളൂ. ഭക്ഷണം കഴിഞ്ഞ് ഇരുവരും വളരെനേരം സംസാരിച്ചു. കർഷകസംഘ ത്തെക്കുറിച്ചാണ് കേരളീയൻ പറഞ്ഞത്. കരിവെള്ളൂരിന്റെ നില കുഞ്ഞമ്പു അറിയിച്ചു. കേരളീയൻ അന്നവിടെ താമസിച്ചു. പിറ്റെ ദിവസം കുഞ്ഞമ്പുവിന്റെ സഹപ്രവർത്തകരെ പരിചയപ്പെട്ടു. അവരുമായി സംസാരിച്ചു. കർഷകസംഘത്തിന്റെ കേന്ദ്രമാക്കി കരിവെള്ളൂരിനെ മാറ്റേ ണ്ടതിന്റെ ആവശ്യം കേരളീയൻ വിശദീകരിച്ചു.

യുവക് സംഘം നാൾക്കുനാൾ ജനശ്രദ്ധ പിടിച്ചുപറ്റി. യുവാക്കൾ ആവേശത്തോടെ സംഘത്തിൽ അംഗങ്ങളായി. കർഷകസംഘത്തിൽ ചേരുന്നതിനുപകരം യുവാക്കൾ യുവക് സംഘത്തിൽ ചേരുന്നതെന്തു കൊണ്ടാണെന്ന് നേതൃത്വം ചിന്തിച്ചുകൊണ്ടിരുന്നു. കരിവെള്ളൂരിൽ യുവക് സംഘത്തിനല്ലാതെ മറ്റൊന്നിനും ആളെ കിട്ടാത്ത നിലയുണ്ടാ യി. കോൺഗ്രസ് പ്രവർത്തനം തീർത്തും അവിടെ ഇല്ലാതായി. പരിസര പ്രദേശങ്ങളിലെല്ലാം യുവക് സംഘത്തിന് ശാഖകളുണ്ടായി. നിശാപാഠ ശാലകളും വായനശാലകളും സ്ഥാപിച്ച് ജനങ്ങളെ ബോധവല്ക്കരി ക്കാൻ സംഘം ശ്രമിച്ചു. ചെറുപ്പക്കാർക്ക് പ്രസംഗപരിശീലന ക്ലാസും സംഘടിപ്പിച്ചിരുന്നു. ആദർശധീരരായ പ്രവർത്തകരെ വാർത്തെടുക്കാ നുള്ള എല്ലാ ശ്രമങ്ങളും യുവക് സംഘം നടത്തി.

യുവക് സംഘം പ്രവർത്തകർ എല്ലാവിധത്തിലും അച്ചടക്കമുള്ളവ രായിത്തീരണമെന്ന് കുഞ്ഞമ്പു ഉപദേശിച്ചു. ഉദാത്തമായ ലക്ഷ്യത്തിനായി സംഘടിച്ചതാണ് നമ്മൾ. അതുകൊണ്ട് നമ്മുടെ ഓരോ നീക്കവും ഗുണ പ്രദവും മാതൃകാപരവുമാകണം. ഏതു പ്രശ്നത്തെയും ധീരതയോടെ സമീപിക്കണം. സാഹസികതയോടെ നേരിടണം. ജനവിശ്വാസം നഷ്ട പ്പെടാതെ നിലനിർത്തുകയാണ് പ്രധാനമെന്നും കുഞ്ഞമ്പു പറഞ്ഞു. ജനവിശ്വാസം നഷ്ടപ്പെട്ടാൽ നിലനില്പില്ലാതാകും.

യുവക് സംഘം ജനകീയ പ്രസ്ഥാനമായി വളർന്നപ്പോൾ പലരും വിമർശനങ്ങളുമായി മുന്നോട്ടുവന്നു. കോൺഗ്രസില്ലാത്ത യുവക് സംഘ ത്തിന് എന്താണ് പ്രസക്തി എന്ന ചിലർ ചോദിച്ചു. കുഞ്ഞമ്പുവിനെ വിഷമിപ്പിച്ച കാര്യമായിരുന്നു ഇത്. അങ്ങനെ വിമർശിച്ചവർ സമാന്തര യുവക് സംഘം രൂപീകരിക്കാനുള്ള നീക്കം നടത്തി. ചെറുപ്പക്കാരുടെ യോഗം വിളിച്ചുകൂട്ടി. കുഞ്ഞമ്പു അറിയാതെയാണ് യോഗം വിളിച്ചത്. എന്നിട്ടും കുഞ്ഞമ്പു യോഗവിവരമറിഞ്ഞു. യോഗം നടക്കുന്ന സ്ഥലത്ത് അദ്ദേഹം കടന്നുചെന്നു. കരിവെള്ളൂരിലെ അപ്പുമാസ്റ്ററുടെ മുൻകൈയി ലാണ് യോഗം വിളിച്ചത്. അയാൾ പ്രസംഗിക്കുന്നത് കുഞ്ഞമ്പു കേട്ടിരു ന്നു. പിന്നെ കുഞ്ഞമ്പു ചില ചോദ്യങ്ങൾ ചോദിച്ചു. അതിന് തൃപ്തികര മായ മറുപടി ലഭിച്ചില്ല. ഒടുവിൽ കുഞ്ഞമ്പു എഴുന്നേറ്റുനിന്ന് പ്രസംഗി ച്ചു. കൂടിയിരുന്നവരെയെല്ലാം പ്രസംഗം വല്ലാതെ സ്വാധീനിച്ചു. പ്രസംഗം തീർന്നപ്പോൾ അവിടെയുള്ള ചെറുപ്പക്കാർ ഒന്നിച്ചു പറഞ്ഞു. "ഞങ്ങൾക്ക് കുഞ്ഞമ്പുവിന്റെ യുവക് സംഘം മതി." അപ്പുമാസ്റ്ററുടെ പരിശ്രമം ഫലം കണ്ടില്ല.

യുവജനസംഘം ഇടയ്ക്കിടെ ചില പ്രധാന വിഷയങ്ങളെ മുൻനിർത്തി വാദപ്രദിവാദങ്ങൾ നടത്തി. ചെറുപ്പക്കാരിൽ ആശയവ്യക്തത ഉണ്ടാക്കലായിരുന്നു ലക്ഷ്യം. പല രാഷ്ട്രീയ നേതാക്കളെയും അതിൽ പങ്കെടുപ്പിച്ചു. കെ പി ഗോപാലനും വിഷ്ണുഭാരതീയനും ഇടയ്ക്കിടെ വന്നു. ഭാരതീയൻ വേദപുരാണങ്ങളെപ്പറ്റിയുള്ള വീക്ഷണം അവതരിപ്പി ച്ചു. അങ്ങനെ പുറത്തുള്ള നേതാക്കളുടെ സാന്നിധ്യം കരിവെള്ളൂരിലെ ചെറുപ്പക്കാരെ പുരോഗമനവാദികളും വിപ്ലവ ഉപകരണങ്ങളുമാക്കി ത്തീർത്തു.

1934 ൽ ആരംഭിച്ച യുവക് സംഘം നാടാകെ പടർന്നു പന്തലിച്ചു. ഇനി അതിന്റെ ഒന്നാം വാർഷികം ആചരിക്കണമെന്ന് തീരുമാനിച്ചു. 1936 ൽ കരിവെള്ളൂരിലെ വന്നലക്കോട്ടുവയലിൽ ഒന്നാം വാർഷികം കൊണ്ടാടി. നൂറുകണക്കിന് യുവാക്കൾ പ്രതിനിധികളായെത്തി. ബാരിസ്റ്റർ വി ആർ നായരാണ് അദ്ധ്യക്ഷനായത്. അദ്ദേഹം കുഞ്ഞിമംഗലത്തെ വീട്ടിൽ നിന്നും ആനപ്പുറത്താണ് കരിവെള്ളൂരിലെത്തിയത്. ചടങ്ങിലെ മുഖ്യ പ്രാസംഗികൻ വാഗ്ഭടാനന്ദഗുരുദേവനായിരുന്നു. ഗുരുദേവൻ തൃക്കരി പ്പൂർവരെ തീവണ്ടിയിൽ വന്നു. അവിടെനിന്ന് കരിവെള്ളൂരിലേക്ക് മഞ്ചൽ ഏർപ്പാടാക്കി. അക്കാലത്ത് സവർണ്ണർക്കു മാത്രമേ മഞ്ചൽ ഉപയോഗി ക്കാൻ പാടുള്ളൂ. വാഗ്ഭടാനന്ദഗുരു അവർണ്ണനാണ്. ഒരു കീഴ്ജാതിക്കാ രനെ മഞ്ചലിലിരുത്തി ചുമക്കാൻ അമാലന്മാർ തയ്യാറായില്ല. കുഞ്ഞമ്പു വിനെ ഇത് അരിശം കൊള്ളിച്ചു. അദ്ദേഹം മഞ്ചൽ ചുമക്കുന്നവരുമായി ബന്ധപ്പെട്ടു. ആരും തയ്യാറായില്ല. കുഞ്ഞമ്പു നിരാശനായില്ല. ഒരു മഞ്ചൽ കിട്ടുമോ എന്നായി അന്വേഷണം. മഞ്ചൽ കിട്ടുമെന്ന നിലവന്നു. എന്നാൽ മേൽ ജാതിക്കാർ ഇരിക്കുമ്പോഴുള്ള വിരിപ്പും അലങ്കാരങ്ങളും പാടില്ല. കുഞ്ഞമ്പു മഞ്ചൽ കണ്ടുപിടിച്ചു. യുവക് സംഘത്തിന്റെ ഉശിരുള്ള ചെറു

പ്പക്കാരെ മഞ്ചൽ ചുമക്കാൻ നിയോഗിച്ചു. അവിടെയും പ്രശ്നമുണ്ടായി. മഞ്ചൽ മറ്റുള്ളവർക്ക് ചുമക്കാൻപാടില്ല. കുഞ്ഞമ്പു ക്ഷോഭിച്ചു വശായി: "ഞങ്ങൾതന്നെ മഞ്ചൽ ചുമക്കും. തടയാൻ ആരുണ്ടെന്ന് കാണട്ടെ." അദ്ദേഹം പ്രഖ്യാപിച്ചു. അദ്ദേഹവും യുവക് സംഘപ്രവർത്തകരും മുന്നോട്ട് നീങ്ങിയപ്പോൾ പതിവ് ചുമട്ടുകാർ തന്നെ മഞ്ചൽ ചുമക്കാൻ തയ്യാറായി. അങ്ങനെ മഞ്ചൽപ്രശ്നം അവസാനിച്ചു.

1937 ൽ രണ്ടാം സമ്മേളനം നടന്നു. കേരള ഗാന്ധി കേളപ്പൻ അദ്ധ്യ ക്ഷനായി. കാലടിയിലെ ആഗമാനന്ദ സ്വാമികൾ മുഖ്യപ്രഭാഷണം നട ത്തി. 1938 ൽ മൂന്നാം വാർഷികവും 1939 ജനുവരിയിൽ നാലാം വാർഷി കവും കൊണ്ടാടി. നാലാം വാർഷികത്തിന്റെ ഭാഗമായി കർഷകസമ്മേ ളനം, ബാലസംഘസമ്മേളനം എന്നിവയും സംഘടിപ്പിച്ചു. പി കൃഷ്ണ പിള്ള, കാമേശ്വര റാവു, എ കെ ജി, ഇ എം എസ്, പാമ്പൻ മാധവൻ എൻ ജി രങ്ക, മുഹമ്മദ് അബ്ദുറഹിമാൻ സാഹിബ്, മൊയ്തുമൗലവി, പി നാരായണൻ നായർ തുടങ്ങിയവർ പങ്കെടുത്തു. കുഞ്ഞമ്പുവിന്റെ ജനസ്വാധീനത്തിന് ദൃഷ്ടാന്തമായിരുന്നു ആ സമ്മേളനം.

1938 ലെ മൂന്നാം വാർഷികസമ്മേളനത്തിന് ഏറെ പ്രസക്തിയുണ്ടാ യിരുന്നു. കവിതയും നാടകവുംകൊണ്ട് ആവേശം വിതറിയതായിരുന്നു സമ്മേളനം. കവി ടി എസ് തിരുമുമ്പ് ആ സമ്മേളനത്തിൽ പങ്കെടുത്തു. തനിക്ക് അംഗത്വം വേണമെന്നദ്ദേഹം ആവശ്യപ്പെട്ടു. ഇരുപത്തിയഞ്ച് വയസ്സ് കഴിഞ്ഞുവെന്ന കാരണത്താൽ മെമ്പർഷിപ്പ് നിഷേധിച്ചു. ഇതിൽ പ്രതിഷേധിച്ച് അദ്ദേഹം ഒരു കവിതയെഴുതി സമ്മേളനത്തിൽ വായിച്ചു പിൽക്കാലത്തെല്ലാം യുവാക്കൾ ആവേശത്തോടെ പാടിപ്പോരുന്ന കവിത തുടങ്ങുന്നതിങ്ങനെ:

തല നരയ്ക്കുവതല്ലെന്റെ വൃദ്ധത്വം
തല നരയ്ക്കാത്തതല്ലെൻ യുവത്വവും
പിറവി തൊട്ടു നാളെത്രയെന്നെണ്ണുമാ-
പതിവുകൊണ്ടല്ലലപ്പതെൻ യൗവനം
കൊടിയ ദുഷ്പ്രഭുത്വത്തിൻ തിരുമുമ്പിൽ
തലകുനിക്കാത്ത ശീലമെൻ യൗവനം
ധനികാധിക്കൃതിതൻ കണ്ണുരുട്ടലിൽ
പനിപിടിക്കാത്ത ശീലമെൻ യൗവനം
വിഷമഘട്ടത്തിലേതിലും ചെറ്റുമേ
പതറിടാത്ത ഹൃദന്തമെൻ യൗവനം!

യുവക് സംഘത്തിന് സമാന്തരമായി കർഷകസംഘവും കുഞ്ഞമ്പു സംഘടിപ്പിച്ചിരുന്നു. കരിവെള്ളൂർ കർഷകസംഘത്തിന്റെ ആദ്യപ്രസി ഡന്റും അദ്ദേഹം തന്നെ. എന്നാൽ അദ്ദേഹം തീവ്രവാദപ്രവർത്തനത്തി ലേക്ക് നീങ്ങിപ്പോയ ഒരു സംഭവമുണ്ടായി. മലബാർ കളക്ടർ പയ്യന്നൂർ ടി ബിയിൽ വരുന്നുണ്ടെന്ന് കുഞ്ഞമ്പു അറിഞ്ഞു. കളക്ടറെന്നു പറ

ഞ്ഞാൽ ബ്രിട്ടന്റെ പ്രതിനിധിയാണ്. അതുകൊണ്ട് അയാളെ വകവരു
ത്തണം. ഉറ്റസുഹൃത്ത് കുഞ്ഞിരാമനുമായി ചേർന്ന് കുഞ്ഞമ്പു പദ്ധതി
തയ്യാറാക്കി. ഇതിനുവേണ്ടി ഒരു നാടൻ തോക്ക് സംഘടിപ്പിച്ചു. കളക്ടർ
പോകുമ്പോൾ കുറ്റിക്കാട്ടിലിരുന്ന് വെടിവെക്കാനായിരുന്നു പദ്ധതി. കുഞ്ഞ
മ്പുവും സുഹൃത്തും നേരത്തെ കുറ്റിക്കാട്ടിൽ ഒളിച്ചിരുന്നു. രണ്ടു മണി
ക്കൂർ കാത്തിരുന്നിട്ടും കളക്ടർ വന്നില്ല. അന്വേഷിച്ചപ്പോഴാണ് കാര്യം
മനസ്സിലായത്. കളക്ടർ നിശ്ചിതസമയത്തിൽനിന്നും ഒരു മണിക്കൂർ മുമ്പ്
പോയിരുന്നു. കുഞ്ഞമ്പു നിരാശനായി. ഇനിയും കളക്ടർ വരാതിരി
ക്കില്ലല്ലോ എന്നു കരുതി കാത്തിരുന്നു. തോക്ക് സൂക്ഷിച്ചുവച്ചു. ഈ
സംഭവം എങ്ങനെയോ കൃഷ്ണപിള്ള അറിയാനിടയായി. സാഹസിക
തയിലേക്ക് നീങ്ങുന്ന കുഞ്ഞമ്പുവിനെയും കൂട്ടരെയും നേർവഴിക്ക്
കൊണ്ടുവരണമെന്നദ്ദേഹം തീരുമാനിച്ചു. ഇതിനുവേണ്ടി അദ്ദേഹം കരി
വെള്ളൂരിൽ വന്നു. എ വി കുഞ്ഞമ്പുവുമായി സംസാരിച്ചു. കുഞ്ഞമ്പു
വിന്റെ പോക്ക് ശരിയല്ലെന്ന് കൃഷ്ണപിള്ള പറഞ്ഞു. "എന്ത് പോക്ക്"
എന്നാണ് കുഞ്ഞമ്പു മറുചോദ്യമുന്നയിച്ചത്. "കളക്ടറെ കൊന്നാൽ
ബ്രിട്ടൻ കെട്ടുകെട്ടുമോ? ഇന്ത്യക്ക് സ്വാതന്ത്ര്യം കിട്ടുമോ" എന്ന കൃഷ്ണ
പിള്ളയുടെ ചോദ്യം കുഞ്ഞമ്പുവിനെ കുഴക്കി. ഇരുവരും വളരെ നേരം
തർക്കിച്ചു. ഇന്ത്യയിലെ രാഷ്ട്രീയസ്ഥിതി കുഞ്ഞമ്പുവിനെ ബോദ്ധ്യപ്പെ
ടുത്തി. ഭീകരപ്രവർത്തനം കൊണ്ടുണ്ടാകുന്ന അപകടത്തെപ്പറ്റി വിവരി
ച്ചു. കുഞ്ഞമ്പുവിന്റെ ധീരസാഹസികത കർഷകസംഘത്തിനും സോഷ്യ
ലിസ്റ്റ് പ്രസ്ഥാനത്തിനും അനിവാര്യമാണെന്നും ബോദ്ധ്യപ്പെടുത്തി.
മൂന്നുദിവസം കുഞ്ഞമ്പുവിന്റെ കൂടെ കൃഷ്ണപിള്ള താമസിച്ചു. കൃഷ്ണ
പിള്ള തിരിച്ചു പോയതോടെ കുഞ്ഞമ്പു ചിന്താധീനനായി. യുവാക്കളെ
മാത്രമല്ല കൃഷിക്കാരെയും തൊഴിലാളികളെയുംകൂടി സംഘടിപ്പിക്കണമെ
ന്നാണ് കൃഷ്ണപിള്ള ഉപദേശിച്ചത്. കുഞ്ഞമ്പു ആ ഉപദേശം ഉൾക്കൊ
ള്ളുകയായിരുന്നു. ജനങ്ങളിൽ ഭൂരിപക്ഷവും കർഷകരാണ്. അവരുടെ
കണ്ണീരൊപ്പാൻ കഴിഞ്ഞില്ലെങ്കിൽ ഗ്രാമോദ്ധാരണം എങ്ങനെ പൂർത്തി
യാകും? നാട്ടിലാണെങ്കിൽ കോൺഗ്രസ് സോഷ്യലിസ്റ്റ് പാർട്ടി ശക്തി
പ്പെടുന്നു. ലോകം രണ്ടാം മഹായുദ്ധത്തിലേക്ക് നീങ്ങുന്നു. യുദ്ധവിരുദ്ധ
പ്രവർത്തനങ്ങൾ വ്യാപകമാവുന്നു. ഇതിനിടയിൽ കുഞ്ഞമ്പുവിനെ
കൃഷ്ണപിള്ള കോഴിക്കോട്ടേക്ക് വിളിപ്പിച്ചു. അവിടെ എ കെ ജിയും
ഇ എം എസുമുണ്ടായിരുന്നു. രാഷ്ട്രീയ സാഹചര്യം വിലയിരുത്തിയ
ശേഷം യുവക് സംഘത്തെക്കുറിച്ചുള്ള ചർച്ച നടന്നു. യുവക് സംഘം
കോൺഗ്രസ് സോഷ്യലിസ്റ്റ് പാർട്ടിയിലേക്ക് കടന്നുവരണമെന്ന് കൃഷ്ണ
പിള്ള പറഞ്ഞു. കോൺഗ്രസ് സോഷ്യലിസ്റ്റ് പാർട്ടിക്ക് ബദലായി യുവക്
സംഘത്തിന് നിലനിൽക്കാനാവില്ലെന്നും വിശദീകരിച്ചു. യുവക് സംഘ
ത്തിന്റെ പ്രാധാന്യം വിവരിച്ചശേഷം കൃഷ്ണപിള്ള പറഞ്ഞു: "സംഘ
ത്തിന്റെ ദൗത്യം പൂർത്തിയായിക്കഴിഞ്ഞു. ഇനി അതിന്റെ പ്രവർത്തനം
അവസാനിപ്പിക്കാം." കുഞ്ഞമ്പുവിന് ആ നിർദ്ദേശം താങ്ങാനായില്ല.

കഴിഞ്ഞ അഞ്ചുവർഷമായി കരിവെള്ളൂരിന്റെ മണ്ണിൽ തുടിച്ചു നില്ക്കുന്ന പ്രസ്ഥാനമാണ്. ഒറ്റയടിക്ക് അതവസാനിപ്പിക്കേണ്ടിയിരിക്കുന്നു. എന്നാൽ മറുവശത്ത് കോൺഗ്രസ് സോഷ്യലിസ്റ്റ് രാജ്യവ്യാപകമായി വളരുകയായിരുന്നു. അതിന്റെ കീഴിൽ ബഹുജനപ്രസ്ഥാനങ്ങൾ ശക്തിപ്പെടുന്നു. കോൺഗ്രസിലെ പുരോഗമനവാദികൾക്കും വിപ്ലവകാരികൾക്കും കോൺഗ്രസ് സോഷ്യലിസ്റ്റ് പാർട്ടിയുണ്ട്.

ചിന്താഭാരത്തോടെ കോഴിക്കോട്ടുനിന്നും കരിവെള്ളൂരിലെത്തിയ കുഞ്ഞമ്പു കരിമ്പിൽ കുഞ്ഞിരാമന്റെ പീടികയിൽ ചെന്നു. അവിടെവെച്ചാണ് യുവക് സംഘം രൂപീകരിച്ചത്. അവിടെ കുഞ്ഞിരാമനും കുഞ്ഞമ്പുനായരും കൃഷ്ണനുമുണ്ട്. എന്താണ് പുതിയ പരിപാടി എന്നവർ ചോദിച്ചു. "സംഘം പിരിച്ചുവിടൽ." കുഞ്ഞമ്പു അറിയിച്ചു. നേതൃത്വത്തിന്റെ കർശനമായ നിർദ്ദേശമാണ്. കോൺഗ്രസ് സോഷ്യലിസ്റ്റ് പാർട്ടിയെ ശക്തിപ്പെടുത്തണം. ഒടുവിൽ യുവക് സംഘത്തിന്റെ പ്രവർത്തനം അവസാനിപ്പിച്ചു.

7

____

ഒളിവു ജീവിതം

എ വി കുഞ്ഞമ്പുവിന്റെ പൊതുജീവിതംപോലെ ചടുലമായിരുന്നു ഒളിവു ജീവിതവും. മലബാറിൽനിന്ന് കൊച്ചിയിലേക്കും തിരുവിതാംകൂ റിലേക്കും അദ്ദേഹത്തിന്റെ രാഷ്ട്രീയ പ്രവർത്തനം വ്യാപിക്കുന്നത് ഒളി വുകാലത്താണ്. ഒളിവുജീവിതം ഏറെ ജാഗ്രത ആവശ്യപ്പെടുന്നതാണ്. പൊലീസും ഗുണ്ടകളും അന്വേഷിച്ച് പരക്കംപായുന്നുണ്ടാവും. അവരുടെ വലയിൽ പെടാതെ സൂക്ഷിക്കണം. ഒപ്പംതന്നെ രാഷ്ട്രീയപ്രവർത്തനം നടത്തുകയും വേണം.

മൊറാഴ സംഭവത്തെത്തുടർന്നാണ് കുഞ്ഞമ്പു ഒളിവിൽ പോകു ന്നത്. കേരളരാഷ്ട്രീയത്തിലെ വഴിത്തിരിവായിരുന്നല്ലോ ആ സംഭവം. സാമ്രാജ്യത്വ ഗവൺമെന്റിന്റെ മർദ്ദനത്തിനെതിരായി പ്രതിഷേധദിനമാ ചരിക്കണമെന്നത് കെ പി സി സിയുടെ തീരുമാനമായിരുന്നു. എന്നാൽ മൊറാഴ സംഭവത്തെത്തുടർന്ന് അഖിലേന്ത്യാ കോൺഗ്രസ് കമ്മിറ്റി കെ പി സി സിയെ പിരിച്ചുവിട്ടു. കർഷകസംഘം പ്രവർത്തനം സർക്കാർ നിരോധിക്കുകയും ചെയ്തു. കർഷകസംഘം നേതാക്കളെല്ലാം ഒളിവിൽ പോയി. ഇരിക്കൂർഫർക്കയിലെ മലയോരപ്രദേശങ്ങളിലേക്കാണ് കുഞ്ഞമ്പു പോയത്. അവിടെ കരക്കാട്ടിടം നായനാരുടെ ക്രൂരതകൾ അരങ്ങേറുന്നുണ്ടായിരുന്നു. പുനം കൃഷി നിരോധിച്ചതിനെതിര കർഷ കരെ സംഘടിപ്പിച്ചുകൊണ്ടാണ് ഒളിവുപ്രവർത്തനം തുടങ്ങിയത്. എള്ള രിഞ്ഞി, കാവുമ്പായി, എരുവേശി, ബ്ളാത്തൂർ എന്നിവിടങ്ങളിൽ അദ്ദേഹം മാറിമാറി താമസിക്കുകയും കർഷകരെ സംഘടിപ്പിക്കുകയും ചെയ്തു. അവിടെനിന്നാണ് അദ്ദേഹം കയ്യൂരിലേക്ക് പ്രവർത്തനം വ്യാപിപ്പിച്ചത്.

ചെറുവത്തൂരിന് കിഴക്കായി സ്ഥിതി ചെയ്യുന്ന ഒരു ഗ്രാമമാണ് കയ്യൂർ. നീലേശ്വരം കോവിലകത്തിന്റെ കീഴിലായിരുന്നു കൃഷിക്കാർ. കോവില

കത്തെ കുടിയാന്മാർ എന്നാണവർ അറിയപ്പെട്ടത്. പണിയെടുക്കുന്നത് കോവിലകത്തിനുവേണ്ടി. കുടിയാന്മാർ ജീവിക്കുന്നതുപോലും ജന്മിക്കു വേണ്ടിയാണെന്ന് വിശ്വസിച്ചിരുന്നു. ജന്മിമാർ പലതരത്തിലും കർഷകരെ ചൂഷണം ചെയ്തുകൊണ്ടിരുന്നു. കയ്യൂരിൽ ആദ്യത്തെ കർഷകസംഘം രൂപീകരിക്കുന്നതിന് മുൻകൈയെടുത്തത് എ വി കുഞ്ഞമ്പുവാണ്. അതു കൊണ്ടുതന്നെ കയ്യൂർപ്രദേശത്ത് ഒളിച്ചുകഴിയുന്നത് സുരക്ഷിതമായി രുന്നു.

കയ്യൂരിലെ വീടുകളിൽ കുഞ്ഞമ്പു മാറിമാറി താമസിക്കുകയായി രുന്നു. എല്ലാ രാത്രികളിലും അദ്ദേഹം പ്രവർത്തകർക്ക് ക്ലാസെടുത്തു. യുദ്ധത്തിന്റെ ഗതിവിഗതികൾ വിശദീകരിച്ചു. അതിൽ പാർട്ടിയുടെ നില പാട് ബോധ്യപ്പെടുത്തി. കയ്യൂരിലെ ജനങ്ങളിൽ സാമ്രാജ്യവിരോധവും യുദ്ധവിരോധവും ആളിപ്പടർത്തി. "സാമ്രാജ്യത്തെ ചെറുക്കുന്നവർക്ക് ജാതിയില്ല. മതമില്ല, ഹിന്ദുവില്ല, മുസ്ലീമില്ല" കുഞ്ഞമ്പു പറയും. പൊലീസ് രാവും പകലും കയ്യൂരിലും പരിസരങ്ങളിലും റോന്തുചുറ്റുമാ യിരുന്നു. അവർക്ക് വേണ്ടത് എ വി കുഞ്ഞമ്പു എന്ന മൊറാഴ കേസ് പ്ര തിയാണ്. ജീവചരിത്രത്തിൽ എം എൻ കുറുപ്പ് വിവരിക്കുന്നു:

കയ്യൂർ ഗ്രാമം പൊലീസിനെക്കൊണ്ട് നിറഞ്ഞിരുന്നു. എന്നിട്ടും വിവിധ ഭാഗങ്ങളിൽ പ്രവർത്തക സമ്മേളനങ്ങൾ നടന്നു. ചിലത് ഒളിവിലും ചിലത് തെളിവിലും. പൊലീസ് മർദ്ദനത്തെ നേരിടാൻ സമ്മേളനങ്ങൾ നാട്ടുകാർക്ക് ധൈര്യം നല്കി. ഇതിനിടയിൽ കൃഷ്ണപിള്ള കയ്യൂരിലെത്തി. അദ്ദേഹം പ്രവർത്തകർക്ക് ആത്മ വിശ്വാസം നല്കി. ഈ സന്ദർഭത്തിൽ നീലേശ്വരം രാജാവിന് മെമ്മോറാണ്ടം സമർപ്പിക്കാനും കുഞ്ഞമ്പു മുന്നിട്ടിറങ്ങുന്നുണ്ട്. ഒളിവിലിരുന്നും അദ്ദേഹം അവിശ്രമം പ്രവർത്തിക്കുകയായിരുന്നു.

കയ്യൂർ സംഭവം നടക്കുന്നതിനുമുമ്പായി പി സുന്ദരയ്യ മലബാറിൽ വരികയുണ്ടായി. കുഞ്ഞമ്പുവിന്റെയും കേരളീയന്റെയും അവരുടെ ഒളിവു താവളത്തിൽ സുന്ദരയ്യ സന്ദർശിച്ചു. നിലവിലെ രാഷ്ട്രീയ സാഹചര്യം സുന്ദരയ്യ വിശദീകരിച്ചുകൊടുത്തു. സുന്ദരയ്യ പകർന്നു നല്കിയ ആശ യങ്ങൾ കയ്യൂരിലെ പ്രധാന പ്രവർത്തകരിലെത്തിച്ചത് കുഞ്ഞമ്പുവാണ്. അദ്ദേഹത്തിന്റെ തന്നെ വാക്കുകൾ ഉദാഹരിക്കാം:

സുന്ദരയ്യ രഹസ്യമായിട്ടാണ് വന്നതെങ്കിലും അത് അവിടെയുള്ള പ്രവർത്തകർക്ക് ഏറ്റവും വലിയ ആവേശം പകർന്നുകൊടുത്തു. പോർക്കളത്തിൽ അണിനിരക്കേണ്ട സൈന്യങ്ങൾക്ക് പരിശീലനം നല്കി. നയിക്കേണ്ട നായകരും തയ്യാറായി. അവർക്ക് അന്തിമ നിർദ്ദേശം നല്കാൻ ഒരു സുപ്രീം കമാണ്ടറും വന്നെത്തി. മൊറാ ഴയുടെ രക്തം തിളപ്പിക്കുന്ന സ്മരണകൾ. നേതാക്കന്മാരുടെ തുടർച്ചയായ ക്ലാസുകൾ. പ്രവർത്തകരിൽ അവർണ്ണനീയമായ

കരുത്തും തന്റേടവും ഉണ്ടാക്കി. (കയ്യൂരും കരിവെള്ളൂരും - എ വി കുഞ്ഞമ്പു)

ഈ തന്റേടത്തിന്റെ ഗുണാത്മകവും വിജയകരവുമായ പര്യവസാനമാണ് കയ്യൂർ സംഭവമെന്നും കുഞ്ഞമ്പു എഴുതുന്നു. കയ്യൂർ സംഭവത്തോടെ അവിടെ ഒളിവിൽ കഴിയാൻ പറ്റാത്ത സ്ഥിതിയുണ്ടായി. പിന്നെ സ്വന്തം നാടായ കരിവെള്ളൂരിൽ വന്നെത്തി. ഒളിവിൽ കഴിഞ്ഞുകൊണ്ട് പാർട്ടി പ്രവർത്തനങ്ങൾ ശക്തിപ്പെടുത്തി. വായനശാലകളും കലാസമിതികളും രൂപീകരിക്കാൻ പ്രേരണ നല്കി. അങ്ങനെ കഴിയവെ പാർട്ടി അദ്ദേഹത്തോട് തിരുവിതാംകൂറിലേക്ക് പോകാൻ നിർദ്ദേശിച്ചു. പൊലീസ് അന്വേഷിച്ചു നടക്കുന്ന ആളാണ്. ഒളിവിലൂടെ തന്നെ തിരുവിതാംകൂറിലേക്ക് പോകണം. സാഹസയാത്ര തന്നെയായിരുന്നു.

തിരുവിതാംകൂർ മലബാറിനെപ്പോലെയല്ലെന്ന് കുഞ്ഞമ്പു എഴുതുന്നു. മഹാരാജാവിന്റെ കേന്ദ്രീകൃതഭരണമാണവിടെ. ദിവാൻ സർ സി പി രാമസ്വാമി അയ്യർ രാജാവിനുവേണ്ടി തിരുവിതാംകൂറിനെ അടക്കി ഭരിക്കുന്നു. രണ്ടാം ലോകമഹായുദ്ധത്തിന്റെ ഗതിയിൽ മാറ്റമുണ്ടായ സന്ദർഭവുമാണത്. ലോകഫാസിസത്തെ പരാജയപ്പെടുത്താൻ ജനകീയ യുദ്ധം എന്ന മുദ്രാവാക്യം കമ്യൂണിസ്റ്റുപാർട്ടി പ്രചരിപ്പിച്ചുകൊണ്ടിരുന്നു. ക്വിറ്റിന്ത്യാ സമരത്തെത്തുടർന്ന് നാടാകെ വ്യാപകമായ അറസ്റ്റ് നടന്നു. അനേകംപേർ വെടിയേറ്റു മരിച്ചു. ഇത്തരമൊരു രാഷ്ട്രീയ സാഹചര്യത്തിലാണ് കുഞ്ഞമ്പു തിരുവിതാംകൂറിലെ ആലപ്പുഴയിലെത്തുന്നത്. അവിടെ ഇ കെ നായനാർ, ഒ ജെ ജോസഫ് എന്നിവർ ഒളിവിൽ കഴിയുന്നുണ്ടായിരുന്നു. പാർട്ടി പ്രചരണത്തെക്കുറിച്ച് അവർ കുഞ്ഞമ്പുവുമായി കൂടിയാലോചിച്ചു. തിരുവിതാംകൂർ പാർട്ടി സെക്രട്ടറിയായി കുഞ്ഞമ്പു പ്രവർത്തിക്കണമെന്ന് ധാരണയായി. അക്കാലത്ത് തിരുവിതാംകൂറിൽ പാർട്ടി നിരോധിക്കപ്പെട്ടിരുന്നു. കുഞ്ഞമ്പു പ്രവർത്തകരെ രഹസ്യമായി സംഘടിപ്പിച്ചു. അവർക്ക് രാഷ്ട്രീയ ക്ലാസ് കൊടുത്തു. അവരെ പടിപടിയായി രംഗത്തിറക്കി. വണ്ടിക്കൂലികൊടുത്ത് സമീപപ്രദേശങ്ങളിലേക്ക് പറഞ്ഞയച്ചു. ഓരോ പാർട്ടിപ്രവർത്തകനെയും സ്നേഹിക്കുകയും അവരുടെ വ്യക്തിപരമായ വേദനകൾ പങ്കിടുകയും ചെയ്യുന്നത് കുഞ്ഞമ്പുവിന്റെ പ്രത്യേകതയായിരുന്നു. പാർട്ടിക്കുവേണ്ടി ത്യാഗം സഹിക്കാൻ തയ്യാറാകണമെന്നാണ് അദ്ദേഹം നിർദ്ദേശിച്ചത്. ആലപ്പുഴ കേന്ദ്രമാക്കിയാണ് അദ്ദേഹം പാർട്ടിപ്രവർത്തനം നീക്കിയത്. ആലപ്പുഴയിൽ ശക്തമായ കയർ ഫാക്ടറി തൊഴിലാളി സംഘടനയുണ്ടായിരുന്നു. കർഷകത്തൊഴിലാളികളും സംഘടനയ്ക്കു കീഴിലണിനിരന്നു. സംഘടനാ പ്രവർത്തകർക്കാവശ്യമായ രാഷ്ട്രീയ വിജ്ഞാനവും ലോകവിവരവും കുഞ്ഞമ്പു പകർന്നു നല്കി. മലബാറിലെ അനുഭവങ്ങളും അദ്ദേഹം വിവരിച്ചു. തൊഴിലാളിവർഗ്ഗപാർട്ടിയെന്ന നിലയിൽ കമ്യൂണിസ്റ്റുപാർട്ടിക്ക് ജനങ്ങൾക്കിടയിൽ മതിപ്പും ആദരവും വർദ്ധിപ്പിക്കുവാൻ കുഞ്ഞമ്പു അടക്കമുള്ളവരുടെ ഒളിവു പ്രവർത്തനം സഹായകമായി. അക്കാല

ത്താണ് മഹിളാപ്രവർത്തകരായ ദേവയാനിയെ കണ്ടുമുട്ടിയതും ഒടുവിൽ വിവാഹം ചെയ്തതും.

1942 ജൂലൈയിൽ പാർട്ടി നിരോധനം പിൻവലിച്ചു. ബഹുജനസം ഘടനകൾക്ക് പ്രവർത്തനസ്വാതന്ത്ര്യം തിരിച്ചുകിട്ടി. ബഹുജനസമര ങ്ങൾക്ക് ശക്തികൂടി. ഉത്തരവാദഭരണപ്രക്ഷോഭം കൂടുതൽ രൂക്ഷമായി. പാർട്ടിനിരോധനം പിൻവലിച്ചെങ്കിലും മൊറാഴ പ്രതിയെന്ന നിലയിലുള്ള അറസ്റ്റ് വാറണ്ട് പിൻവലിച്ചിരുന്നില്ല. അതുകൊണ്ട് കുഞ്ഞമ്പുവിന് പിന്നെയും ഒളിവിൽത്തന്നെ കഴിയേണ്ടിവന്നു. ആലപ്പുഴനിന്ന് പ്രവർത്തനം അദ്ദേഹം കൊച്ചിയിലേക്ക് മാറ്റി. തൃശൂരിലെ അന്തിക്കാട്ട് ഒളിവിലിരുന്നാണദ്ദേഹം പ്രവർത്തിച്ചത്. അവിടത്തെ തൊഴിലാളി നേതാവ് കെ പി പ്രഭാകരനാണ് കുഞ്ഞമ്പുവിന്റെ സുരക്ഷാ ചുമതല ഏറ്റെടുത്ത ത്. അന്തിക്കാട്ടെത്തി ഏറെ കഴിയുന്നതിനുമുമ്പ് പാർട്ടി പ്രവർത്ത കർക്കുള്ള ഒരു രാഷ്ട്രീയ ക്ലാസ് നടത്തുവാൻ അദ്ദേഹം തീരുമാനിച്ചു. തൃശൂരിലും പരിസരങ്ങളിലുമുള്ള പ്രവർത്തകർ പങ്കെടുത്ത ക്ലാസ് സംഘ ടിപ്പിച്ചതും അന്തിക്കാട്ട് തന്നെ. സി അച്യുതമേനോനുമായി അദ്ദേഹം വളരെ അടുത്തതും ആ ക്ലാസിൽ വച്ചാണ്. അച്യുതമേനോൻ അക്കാര്യം അനുസ്മരിക്കുന്നുണ്ട്.

> തിരുവിതാംകൂറിൽ നിന്നും ഒരു കൃഷ്ണൻ നായർ പാർട്ടി ക്ലാസെ ടുക്കാൻ വരുന്നുണ്ടെന്നും അദ്ദേഹം ഒളിവിൽ കഴിയുന്ന ഒരാളാ യിരിക്കുമെന്നും ഞാൻ മനസ്സിലാക്കിയിരുന്നു. ഒരു വീട്ടിന്റെ തട്ടിൻപുറത്തായിരുന്നു ക്ലാസ്. നൂറോളം സഖാക്കൾ പങ്കെടുത്തു. ഉച്ചസമയമാണ്, ഞാൻ കയറിച്ചെല്ലുമ്പോൾ എല്ലാവരും ചമ്രം പടി ഞ്ഞിരുന്ന് ക്ലാസ് ശ്രദ്ധിക്കുകയാണ്. അതേമട്ടിൽ ചമ്രം പടിഞ്ഞി രിക്കുന്ന ഒരാളാണ് ക്ലാസെടുക്കുന്നത്. അതാണ് കൃഷ്ണൻ നായ രെന്നെനിക്കു മനസ്സിലായി. ഞാൻ നോക്കിയപ്പോൾ ആളെ മന സ്സിലായി. മുമ്പ് പറപ്പൂരിൽ വച്ച് ആവേശകരമായി പ്രസംഗിച്ച ആളാ ണ്. അദ്ദേഹത്തെ മനസ്സിലാക്കിയ കാര്യം ഞാൻ വെളിക്ക് പറ ഞ്ഞില്ല. പറയാൻ പാടില്ലല്ലോ. ഒളിവു ജീവിതത്തിന്റെ ചട്ടങ്ങൾ അപ്രകാരമാണ്.

കുഞ്ഞമ്പുവിന്റെ വാക്കിനും ഇടപെടലിനും അസാമാന്യശക്തിയു ണ്ടായിരുന്നു. അന്തിക്കാട്ടെ ചെത്തു തൊഴിലാളികൾക്കിടയിൽ അദ്ദേഹ ത്തിന്റെ സ്വാധീനം ആഴത്തിലുള്ളതായിരുന്നു. തൊഴിലാളികളിൽ ചുറു ചുറുക്കുള്ളവരെ കണ്ടെത്തി പാർട്ടിഘടകത്തിനും കുഞ്ഞമ്പു രൂപം നല്കി. ചെത്തുതൊഴിലാളിയൂണിയൻ പ്രവർത്തനം തടയുവാൻ പൊലീസ് നീക്കം നടത്തിക്കൊണ്ടിരുന്നു. വർഗ്ഗബഹുജനസംഘടന കൾക്ക് തളർച്ച തട്ടാതെ ബലപ്പെടുത്തി നിർത്തുന്നതിൽ കുഞ്ഞമ്പുവിന് കഠിനപരിശ്രമം നടത്തേണ്ടിവന്നു. അദ്ദേഹത്തിന്റെ പാർട്ടി നിലപാട് വളരെ കർക്കശമായിരുന്നു. പാർട്ടികെട്ടിപ്പടുക്കുന്നതിനിടയിൽ ഒരുദിവസം

കൃഷ്ണപിള്ള അന്തിക്കാട്ടെത്തി. കോഴിക്കോട് കമ്യൂൺ ജീവിതം നയിക്കാൻ തീരുമാനിച്ച കാര്യം അദ്ദേഹം അറിയിച്ചു. കുഞ്ഞമ്പുവും കമ്യൂണിലെത്തണമെന്ന് കൃഷ്ണപിള്ള നിർദ്ദേശിച്ചു. അങ്ങനെ നിർദ്ദേ ശിക്കാൻ ഒരു കാരണവുമുണ്ടായിരുന്നു. വിവാഹം കഴിഞ്ഞശേഷം ദേവ യാനി ആലപ്പുഴയിലും കുഞ്ഞമ്പു തൃശൂരും കഴിയുകയായിരുന്നു. ഇരു വർക്കും ഒന്നിച്ചു കഴിയാനുള്ള അവസരമുണ്ടാക്കുകയെന്നതും കൃഷ്ണ പിള്ളയുടെ ഉദ്ദേശ്യമായിരുന്നു. ദേവയാനിയെയും വിവരമറിയിച്ചു. അതു പ്രകാരം അവർ കോഴിക്കോട്ടെത്തി. കമ്യൂണിൽ പങ്കെടുത്തുകൊണ്ടു തന്നെ മഹിളാപ്രവർത്തനത്തിൽ അവർ ഏർപ്പെട്ടിരുന്നു. കുഞ്ഞമ്പു ചില പ്പോൾ കോഴിക്കോട്ടെ തിരുവണ്ണൂരിലെത്തും. ദേവയാനിയും കുഞ്ഞമ്പുവും തമ്മിലുള്ള വിവാഹം രഹസ്യമാക്കിവെച്ചിരിക്കയായിരു ന്നു. നേതാക്കൾക്കുമാത്രമേ ഇക്കാര്യം അറിയൂ

വാറണ്ടു പിൻവലിക്കുന്നതുവരെ കുഞ്ഞമ്പു ഒളിവിൽ കഴിഞ്ഞു. 1946 ൽ മദിരാശിയിൽ പ്രകാശം മന്ത്രിസഭ അധികാരത്തിൽ വന്നപ്പോൾ കുഞ്ഞമ്പുവിന്റെ പേരിലുള്ള വാറണ്ട് പിൻവലിച്ചു. അതനുസരിച്ച് കുഞ്ഞമ്പു ആലപ്പുഴയിലെത്തി. ദേവയാനിയെയും കൂട്ടി കരിവെള്ളൂരിൽ വന്നു. ഒളിവിലിരുന്നുകൊണ്ടും ഒരു വിപ്ലവകാരിയുടെ കടമ പൂർണ്ണമായും നിർവ്വഹിക്കുവാൻ അദ്ദേഹത്തിന് കഴിഞ്ഞു.

8
വിവാഹം കുടുംബം

എ വി കുഞ്ഞമ്പുവിന്റെ വിവാഹജീവിതത്തിനുമുണ്ട് ഏറെ പുതുമ. ഉശിരിന്റെ പ്രതീകമെന്ന് വിശേഷിപ്പിക്കുന്ന അദ്ദേഹം ആലപ്പുഴ ഭാഗത്ത് ഒളിവിൽ കഴിയുകയായിരുന്നു. തിരുവിതാംകൂർ പാർട്ടി സെക്രട്ടറിയായി കൃഷ്ണൻ നായർ എന്ന പേരിൽ പ്രവർത്തിച്ചുവരുന്നതിനിടയിലാണ് മഹി ളാപ്രവർത്തകയായ ദേവയാനിയെ കണ്ടുമുട്ടിയത്. ദേവയാനിയെ സംബ സ്ധിച്ചിടത്തോളം തീർത്തും അപ്രതീക്ഷിതം എന്നു പറയാം. മഹിളാപ്ര വർത്തകയെന്ന നിലയിൽ ഇതിനകം ദേവയാനി അറിയപ്പെട്ടുതുടങ്ങിയി രുന്നു. ഒരുദിവസം സൈമൺ ആശാൻ ദേവയാനിയെയും കൂട്ടി വർഗ്ഗീസ് വൈദ്യന്റെ കണ്ണുവൈദ്യശാലയിൽ ചെന്നു. വൈദ്യൻ തൊഴിലാളിപ്രസ്ഥാ നവുമായി ബന്ധപ്പെട്ടു പ്രവർത്തിക്കുന്ന കാലമാണത്. അവിടെ തന്നെ കാണാൻ ആരാണിരിക്കുന്നതെന്ന് ദേവയാനി ചിന്തിച്ചു.

ദേവയാനി ആശാനോടൊപ്പം വൈദ്യശാലയുടെ അകത്തു കടന്നു. അവിടെ കൃഷ്ണപിള്ളയുടെ ഭാര്യ തങ്കമ്മ ഇരിക്കുന്നുണ്ടായിരുന്നു. അവർ ദേവയാനിയെ കെട്ടിപ്പിടിച്ചു. തങ്കമ്മയെപ്പറ്റി കേട്ടിരുന്നു. ആദ്യ ദർശനം തന്നെ ആകർഷിക്കത്തക്കതായിരുന്നു. കന്യാകുമാരി ജില്ലയിലെ എടലാക്കുടി ജയിലിൽ കഴിഞ്ഞിരുന്ന കൃഷ്ണപിള്ള തങ്കമ്മയെ സ്നേഹി ച്ചതും ജയിൽ വിമുക്തനായ ഉടൻ വിവാഹം കഴിച്ചതുമായ കഥകൾ ദേവയാനി കേട്ടിരുന്നു. മഹിളാപ്രവർത്തനത്തെ പറ്റിയാണ് തങ്കമ്മ സംസാ രിച്ചത്. സംസാരിച്ചിരിക്കുന്നതിനിടയിൽ പാർട്ടി സെക്രട്ടറി കൃഷ്ണൻ നായർ കടന്നുവന്നു.

"ദേവയാനിയെ കേട്ടിട്ടുണ്ട്. ആദ്യമായാണ് കാണുന്നത്. സഖാവ് തങ്കമ്മയെ പരിചയപ്പെട്ടുവല്ലോ? മഹിളാ സംഘടന വ്യാപിപ്പിക്കണം.

ഇതെക്കുറിച്ച് സംസാരിക്കാനാണ് വിളിപ്പിച്ചത്." കൃഷ്ണൻ നായർ പറഞ്ഞു.

കനമുള്ള ശബ്ദം. കാര്യമാത്ര പ്രസക്തമായ വിശദീകരണം. പാർട്ടി സെക്രട്ടറി വേറൊരു കാര്യം കൂടി അറിയിച്ചു: "മഹിളാ പ്രവർത്തകർക്കു വേണ്ടി കോഴിക്കോട് ഒരു ക്ലാസ് നടത്തുന്നുണ്ട്. ഇവിടെനിന്ന് ചിലർ പോകണം. ദേവയാനിക്ക് കൂടി പോകരുതോ?"

സൈമൺ ആശാൻ പ്രോത്സാഹിപ്പിച്ചു. വെറുതെ മഹിളാ സംഘടന യെന്നുപറഞ്ഞ് നടന്നാൽ പോരാ. തലയ്ക്ക് വിവരം കിട്ടണം. അതി നാണ് ക്ലാസ് നടത്തുന്നത്. തങ്കമ്മയും കോഴിക്കോട്ടേക്ക് പോകുന്നുണ്ടെ ന്നറിയിച്ചു. തങ്കമ്മയോടൊപ്പം പോകാൻ ദേവയാനിക്ക് സമ്മതമായിരു ന്നു. അടുത്ത ദിവസം തന്നെ പോകണമായിരുന്നു. വർഗ്ഗീസ് വൈദ്യന്റെ സഹോദരി അമ്മിണിയും വരുന്നുണ്ടായിരുന്നു. കൃഷ്ണൻ നായർ പോക്ക റ്റിൽനിന്ന് പൈസയെടുത്ത് നോട്ടുബുക്കുകളും പെൻസിലുകളും വാങ്ങി പ്പിച്ചു. ഒരു നോട്ടും പെൻസിലും ദേവയാനിക്ക് കൊടുത്തുകൊണ്ട് പറഞ്ഞു: "ക്ലാസെടുക്കുമ്പോൾ പോയിന്റുകൾ നോട്ട് ചെയ്യണം."

ഒരിക്കൽ പരിചയപ്പെട്ടാൽ മറക്കാൻ പറ്റാത്ത അസാധാരണത്വം കൃഷ്ണൻ നായരിലുണ്ടെന്ന് ദേവയാനിക്ക് ബോദ്ധ്യമായി. വിനയത്തോ ടെയുള്ള പെരുമാറ്റം. വടക്കൻ ഭാഷയിലാണ് സംസാരിച്ചത്. കോഴിക്കോ ട്ടേക്കുള്ള യാത്രയിൽ മനസ്സ് നിറയെ കൃഷ്ണൻ നായരായിരുന്നു.

ക്ലാസ് കഴിഞ്ഞ് രാത്രിയോടടുത്താണ് ദേവയാനിയും കൂട്ടരും എറ ണാകുളത്തെത്തിയത്. അവിടെനിന്ന് ആലപ്പുഴയിലേക്ക് ബോട്ടുയാത്ര. വെളുപ്പിനാണ് ബോട്ടുജെട്ടിയിലെത്തിയത്. നല്ല ക്ഷീണമുണ്ടായിരുന്നു. വീട്ടിലേക്ക് പോകുന്നതിനു മുമ്പ് പാർട്ടിയാപ്പീസിൽ കയറി വിവരം പറ യാമെന്ന് ദേവയാനി വിചാരിച്ചു. അവിടെ സെക്രട്ടറി ഉണ്ടാവാനിടയില്ലെന്ന് കരുതിയാണ് കടന്നു ചെന്നത്. എന്നാൽ പ്രതീക്ഷയ്ക്കു വിപരീതമായി സെക്രട്ടറി ഉണ്ടായിരുന്നു. അദ്ദേഹം എന്തോ എഴുതുകയായിരുന്നു. എഴു തിക്കഴിഞ്ഞ് നിവർന്നിരുന്നിട്ട് സെക്രട്ടറി ചോദിച്ചു. "യാത്ര എങ്ങനെയു ണ്ട്. അസൗകര്യമൊന്നും ഉണ്ടായില്ലല്ലോ?"

ദേവയാനി ക്ലാസു കാര്യം വിശദീകരിച്ചു. എഴുതിയെടുത്തത് കാണട്ടെ എന്നായി സെക്രട്ടറി. ദേവയാനി നോട്ട് കൊടുത്തു. കൃഷ്ണൻ നായർ വിശദമായി പരിശോധിച്ചു. ക്ലാസ് മനസ്സിലായോ എന്ന അന്വേഷ ണത്തിന് കുറേശ്ശെ മനസ്സിലായി എന്നു പറഞ്ഞു. പ്രവർത്തിക്കുമ്പോൾ കൂടുതൽ മനസ്സിലാകും എന്ന് സെക്രട്ടറി ഉപദേശിച്ചു. മഹിളാരംഗത്ത് ഒരു ഫുൾടൈം പ്രവർത്തകയുടെ ആവശ്യമുണ്ടായിരുന്നു. ദേവയാനിയെ അതിനു നിയോഗിക്കണമെന്ന് അദ്ദേഹം ആഗ്രഹിച്ചു. വീട്ടിൽ ചോദിച്ചിട്ട് വിവരമറിയിക്കാമെന്ന് ദേവയാനി പറഞ്ഞു. ദേവയാനി അന്നുതന്നെ വീട്ടിൽ ചോദിച്ചു. വീട്ടുകാർക്ക് സമ്മതമായിരുന്നു. വീട്ടുകാർക്കു മാത്രം പോരെന്നും സ്വയം സമ്മതിക്കണമെന്നും സെക്രട്ടറി പറഞ്ഞു. പ്രവർത്ത

നത്തിന് ആരുടെയും പ്രേരണ കൂടാതെ തന്നത്താൻ തയ്യാറാകണം.

കൃഷ്ണൻ നായരുടെ വ്യക്തിത്വം പിന്നെയും ദേവയാനിയെ ചിന്തി പ്പിച്ചു കൊണ്ടിരുന്നു. ഒരു ദിവസംപോലും കാണാതിരിക്കാനാവാത്തത രത്തിലുള്ള സ്വാധീനം. ആരാണീ സെക്രട്ടറി? എന്താണ് പേർ? തങ്ക മ്മയോട് ഒരുദിവസം ഇക്കാര്യം ചോദിച്ചു. ആലപ്പുഴക്കാരനോ ചേർത്ത ലക്കാരനോ അല്ലെന്ന് തങ്കമ്മ പറഞ്ഞു. നമുക്കന്വേഷിക്കാമെന്ന് സമാ ധാനിപ്പിച്ചു.

അന്നൊരിക്കൽ ആലപ്പുഴയിൽ പാർട്ടിപ്രവർത്തകർക്കുള്ള ക്ലാസ് നട ക്കുന്നു. ദേവയാനിയും പങ്കെടുത്തു. യുദ്ധകാര്യങ്ങളാണ് പ്രധാനമായും വിശദീകരിച്ചത്. യോഗത്തിൽ പങ്കെടുത്തവർ അച്ചടക്കത്തോടെയാണ് പെരുമാറിയത്. ക്ലാസിൽ പറഞ്ഞ എല്ലാ കാര്യങ്ങളും ദേവയാനിക്ക് മന സ്സിലായില്ല. ഒടുവിൽ സെക്രട്ടറിയുടെ വിശദീകരണം ഏവർക്കും നല്ല തുപോലെ മനസ്സിലാകുന്ന വിധത്തിലായിരുന്നു.

വേദിയുടെ അരികത്തായയുള്ള ബെഞ്ചിലാണ് ദേവയാനി ഇരുന്നിരു ന്നത്. കുറേ കഴിഞ്ഞപ്പോൾ സെക്രട്ടറിയും അടുത്തുവന്നിരുന്നു. ദേവ യാനി സ്വകാര്യമായി ചോദിച്ചു: "എന്താണ് പേർ?" കൃഷ്ണൻ നായ രെന്ന് സെക്രട്ടറി പറഞ്ഞു. കൃഷ്ണപിള്ളയുടെ പത്നി തങ്കമ്മ സൂചിപ്പി ച്ചത് പേരതല്ലെന്നാണ്. ഇക്കാര്യം ദേവയാനി പറഞ്ഞപ്പോൾ കൃഷ്ണൻ നായർ ഒരുതുണ്ട് കടലാസെടുത്ത് സ്വന്തം പേരെഴുതി! എ വി കുഞ്ഞ മ്പു. ദേവയാനി അതുവായിച്ച ഉടൻ കുഞ്ഞമ്പു അതു വാങ്ങി കത്തിച്ചു കളഞ്ഞു. ദേവയാനി അമ്പരപ്പോടെ അടുത്തിരിക്കുന്ന സെക്രട്ടറിയെ നോക്കി. മൊറാഴ സംഭവത്തിലെ പ്രതിയായ എ വി കുഞ്ഞമ്പുവാണ് തന്റെ സമീപത്തിരിക്കുന്നത്. ഇദ്ദേഹത്തെ പിടികൂടാൻ പൊലീസ് നാടാകെ അരിച്ചുപെറുക്കുകയാണ്. ഒളിവിൽക്കഴിയുന്ന പിടികിട്ടാപുള്ളി യെയാണ് താൻ മനസ്സിൽ കൊണ്ടു നടക്കുന്നത്. ഒളിവിൽ കഴിയുന്നവ രുടെ സ്വന്തം പേര് വെളിപ്പെടുത്തരുത്. പേരെന്തെന്ന് ചോദിക്കാനും പാ ടില്ല.

ദേവയാനിയുടെ മനസ്സിൽ കുഞ്ഞമ്പുവിനോട് തോന്നിയിരുന്ന ആഗ്രഹം ആദരവായി മാറി. ആ ആദരം മനസ്സ് നിറഞ്ഞു കവിഞ്ഞു. അങ്ങനെ കഴിയവെ ഒരുദിവസം മുഖവുരയൊന്നും കൂടാതെ അദ്ദേഹം ചോദിച്ചു: "എന്നെങ്കിലും വിവാഹത്തെക്കുറിച്ച് ചിന്തിച്ചിട്ടുണ്ടോ?" പെട്ടെ ന്നുള്ള ചോദ്യം. ചിന്തിച്ചിട്ടുണ്ട് എന്നുത്തരം പറയാനാവാതെ ദേവയാനി കുഴങ്ങി. ഇതിനു മുമ്പ് ഒരു വിവാഹാലോചന വന്നിരുന്നു. നിശ്ചയം വരെ കഴിഞ്ഞിരുന്നു. ഒരു നാടകനടനായിരുന്നു വരൻ. പുരാണനാടക ങ്ങളിൽ സ്ത്രീകഥാപാത്രം കെട്ടുന്ന നാട്ടുകാരൻ തന്നെയായ ഒരു നടൻ. കാഴ്ചയ്ക്ക് ഒരു സ്ത്രീയെപ്പോലെ തോന്നിപ്പിച്ചിരുന്നു. ദേവയാനി പ്രസം ഗിക്കുന്ന യോഗങ്ങളിൽ അയാൾ ശ്രോതാവായി മുന്നിൽ വന്നിരിക്കുമാ യിരുന്നു. വീട്ടിലുള്ളവർക്കും സമ്മതമായിരുന്നു. രാഷ്ട്രീയപ്രവർത്തനം

അവസാനിപ്പിക്കേണ്ടിവരുമോ എന്ന് ദേവയാനി ഭയപ്പെട്ടു. എന്നാൽ ജ്യേഷ്ഠൻ വിവാഹത്തെ ശക്തിയായി എതിർത്തു. നാടകനടൻ സഹോ ദരിയെ കൊടുക്കാനനുവദിക്കില്ലെന്ന് ഉറപ്പിച്ച് പറഞ്ഞു. അങ്ങനെ ആ വിവാഹാലോചന അലസിപ്പോയി.

രാഷ്ട്രീയപ്രവർത്തനത്തിന് തടസ്സമില്ലാത്ത വിവാഹാലോചനയെക്കു റിച്ചാണ് താൻ സംസാരിക്കുന്നത് എന്ന് കുഞ്ഞമ്പു പറഞ്ഞു. അങ്ങനെ യെങ്കിൽ തനിക്കും വീട്ടുകാർക്കും യോജിച്ചതാണെങ്കിൽ സ്വീകരിക്കു മെന്ന് ദേവയാനിയും പറഞ്ഞു. അനുസ്മരണക്കുറിപ്പിൽ അവർ എഴു തുന്നു.

എനിക്കും വീട്ടുകാർക്കും മനസ്സിനിണങ്ങിയതാണെങ്കിൽ വിവാഹം കഴിക്കും." എന്നുപറഞ്ഞപ്പോൾ ഉടനെ ചോദ്യം വന്നു. "എന്നെ ഇഷ്ടമാണോ?" തീർത്തും അപ്രതീക്ഷിത ചോദ്യം. ഞാൻ തല കുനിച്ചിരുന്നു. അദ്ദേഹം പറഞ്ഞുതുടങ്ങി. "ഞാനൊരു അനാഥ നാണ്. നാട് അങ്ങ് വടക്കെ മലബാറിൽ. ഒളിവിലിരിക്കുന്ന കമ്യൂ ണിസ്റ്റുകാരൻ. അധികം പരിചയപ്പെടുത്തരുത്. ഞാനൊരു കൊല ക്കേസിൽ പ്രതിയാണ്. പൊലീസ് എന്നെ തെരഞ്ഞുകൊണ്ടിരി ക്കുന്നു. എനിക്ക് അച്ഛനും അമ്മയും ആരുമില്ല. സ്വന്തമായി ഒരു തുണ്ട് ഭൂമിപോലുമില്ല. ആകെയുള്ളത് എന്റെ പാർട്ടിമാത്രമാണ്. ഒരു നേരംപോലും നിനക്ക് ഭക്ഷണം തരാനുള്ള കഴിവെനിക്കില്ല. പലപ്പോഴും മണ്ണും ചുമന്നും കല്ല് ചുമന്നും നിനക്കെന്നെ പുലർത്തേണ്ടിവരും (ചോരയും കണ്ണീരും നനഞ്ഞ വഴികൾ).

ദേവയാനി കുഞ്ഞമ്പുവിനെ തന്നെ നോക്കിയിരുന്നു. വല്ലാത്തൊര വസ്ഥ. എങ്കിലും തീരുമാനമെടുത്തുകഴിഞ്ഞു. കുഞ്ഞമ്പുവിനെ ജീവി തസഖാവായി സ്വീകരിക്കണം. എങ്ങനെ, എപ്പോൾ എന്നൊന്നുമറിയി ല്ല. ആദ്യം പാർട്ടിയെ അറിയിച്ച് സമ്മതം വാങ്ങണമെന്ന് കുഞ്ഞമ്പു പറ ഞ്ഞു. അതുവരെ പഴയതുപോലെ നമുക്ക് പ്രവർത്തിക്കാമെന്ന് സൂചി പ്പിച്ചു.

ഒരുവർഷക്കാലം ഇരുവരും സ്നേഹം മനസ്സിലടക്കിവച്ചു നടന്നു. പാർട്ടി ഇക്കാര്യം ഊഹിച്ചറിഞ്ഞിരുന്നു. ഒരുദിവസം സി എച്ച് കണാരൻ ഇക്കാര്യം കുഞ്ഞമ്പുവിനോട് സൂചിപ്പിക്കുകയും ചെയ്തു.

ഇതിനിടയിൽ അദ്ദേഹത്തെത്തേടി പൊലീസ് ആലപ്പുഴയിലും എത്തി. പാർട്ടി നിർദ്ദേശപ്രകാരം പൊതുപ്രസംഗങ്ങളിൽനിന്നും അദ്ദേഹം വിട്ടുനിന്നു. ഇനിയും ഒരേസ്ഥലത്ത് താമസിക്കുന്നതും ബുദ്ധിയല്ലെന്ന് എ കെ ജി പറഞ്ഞു. ദേവയാനിയുടെ പിതാവ് ശങ്കരനെയും ജ്യേഷ്ഠൻ ശങ്കുണ്ണിയെയും എ കെ ജി വിളിപ്പിച്ച് കാര്യം പറഞ്ഞു. കുഞ്ഞമ്പുവിനെ സ്ഥലം മാറ്റണമെന്നും അതിനുമുമ്പ് വിവാഹം നടത്തണമെന്നും ആവ ശ്യപ്പെട്ടു. ഒളിവിൽ കഴിയുന്ന കമ്യൂണിസ്റ്റു നേതാവാണ് വരനെന്ന്

അച്ഛനെ അറിയിച്ചു. മകളുടെ തീരുമാനം തെറ്റില്ലെന്ന് പിതാവിനറിയാ മായിരുന്നു. വിവാഹം വീട്ടിൽ വച്ചാകണമെന്നദ്ദേഹം ആഗ്രഹിച്ചിരുന്നു. വീട്ടിലാക്കാൻ പറ്റില്ലെന്ന് എ കെ ജി അറിയിച്ചു. ഏതെങ്കിലും ഹാളിലാ വണം. പെണ്ണിന്റെയും ചെറുക്കന്റെയും ജാതകം നോക്കണമെന്ന് ആ പിതാവ് ചിന്തിച്ചു. എന്നാൽ എ കെ ജി അതൊന്നും സമ്മതിച്ചില്ല. ജാത കത്തിൽ ഇവിടെയാരും വിശ്വസിക്കുന്നില്ലെന്ന് എ കെ ജി പറഞ്ഞു. എങ്കിലും വേണമെങ്കിൽ നിങ്ങളുടെ ആഗ്രഹം നടത്തിക്കൊള്ളൂ എന്ന ദ്ദേഹം സൂചിപ്പിച്ചു. ആലപ്പുഴയിൽച്ചെന്ന് അച്ഛൻ ഇരുവരുടെയും നക്ഷ ത്രങ്ങൾ ഒത്തുനോക്കിയത്രെ. പൊരുത്തം ഉത്തമത്തിൽ ഉത്തമം എന്ന് ജ്യോത്സ്യൻ അറിയിച്ചു.

1943 ൽ ആലപ്പുഴയിൽ പാർട്ടി പ്രവർത്തകയോഗം വിളിച്ചുചേർത്തു. എഴുപതിലേറെപേർ പങ്കെടുത്ത ക്ലാസ്. 1943 ജൂൺ 23 നാണത്. പ്രവർത്ത കയോഗത്തിൽവച്ച് കുഞ്ഞമ്പുവും ദേവയാനിയും തമ്മിലുള്ള വിവാഹം നടത്തണമെന്ന് എ കെ ജി നിശ്ചയിച്ചു. ആലപ്പുഴ ശവക്കോട്ടപ്പാലത്തിനു വടക്കുവശത്തുള്ള ഒരു വീട്ടിലാണ് പാർട്ടിപ്രവർത്തകയോഗം നടക്കുന്ന ത്. കല്യാണവീടും അതുതന്നെ. അതൊരു രഹസ്യമീറ്റിങ്ങായിരുന്നു. അതുകൊണ്ട് വിവാഹവും രഹസ്യമായി നടക്കണം. വിവാഹത്തിന്റെ കാർമ്മികത്വം കെ സി ജോർജ്ജിനെയാണ് ഏല്പിച്ചത്. പഴയ സാരിയു ടുത്ത് ദേവയാനി തയ്യാറായി. അന്നു ധരിച്ച സാരിയുടെ വില നാലു രൂപ ഏഴണ (നാലുരൂപയും നാല്പത്തിരണ്ടുപൈസയും)യായിരുന്നെന്ന് ദേവ യാനി അനുസ്മരിക്കുന്നു. മുഷിഞ്ഞ മുണ്ടും ഷർട്ടുമാണ് കുഞ്ഞമ്പുവിന്റെ വേഷം. വിവാഹച്ചടങ്ങിന് തൊട്ടുമുമ്പ് എ കെ ജി കുഞ്ഞമ്പുവിനെ വിളിച്ച് ഒരു പൊതി കൊടുത്തു. പുതിയ ഡബിൾ മുണ്ടായിരുന്നു. കുഞ്ഞമ്പു ആ മുണ്ടെടുത്തു. ഷർട്ട് പഴയതുതന്നെ. താലികെട്ടില്ല. പരസ്പരം പൂമാല കൈമാറൽ മാത്രം. ദേവയാനി ആ സന്ദർഭം വിവരിക്കുന്നത് നോക്കുക.

പരസ്പരം ഓരോ പൂമാലയിടുന്നതായിരുന്നു വിവാഹച്ചടങ്ങ്. മാല യിട്ടുകഴിഞ്ഞ ഉടൻ ആലപ്പുഴയിലെ പാർട്ടിപ്രവർത്തകർ ഞങ്ങൾക്ക് ഓരോ പൂമാലവീതം സമ്മാനിച്ചു. എന്തിനാണ് ഈ മാല കൈയിൽ തന്നതെന്നറിയില്ലായിരുന്നു. അതും അണിയിക്കാൻ തന്നെയാണെന്നു കരുതി. അദ്ദേഹത്തിന്റെ കഴുത്തിലിട്ടപ്പോൾ കൂട്ട ച്ചിരി മുഴങ്ങി. ജീവിതത്തിലെ ഏറ്റവും നിർണ്ണായകമായ മുഹൂർത്ത ത്തിൽ എന്തുചെയ്യണമെന്നറിയാതെ പരുങ്ങിനില്ക്കുന്ന എന്റെ മനസ്സിൽ ഇന്നും വാടിയ ഒരു മാലയിരിപ്പുണ്ട്. ആലപ്പുഴയിലെ എന്റെ പാർട്ടിക്കാരുടെ സ്നേഹസ്മരണയായി.

വിവാഹ സമയത്തും കൃഷ്ണൻ നായർ ആരാണെന്നോ ശരിയായ പേര് എന്താണെന്നോ അവിടെ വെളിപ്പെടുത്തിയില്ല. തീർത്തും ലളിതവും

ഹൃദ്യവുമായ ചടങ്ങിലൂടെ മഹിളാ പ്രവർത്തകയയായ ദേവയാനി തിരു
വിതാംകൂർ പാർട്ടിസെക്രട്ടറിയായ കുഞ്ഞമ്പു എന്ന കൃഷ്ണൻ നായരെ
ജീവിതപങ്കാളിയാക്കി.

വിവാഹം കഴിഞ്ഞപ്പോൾ താമസം വലിയ പ്രശ്നമായി. ഒളിവിൽ
കഴിയുന്ന നേതാവാണ് വരൻ. പൊലീസ് സദാ അന്വേഷിക്കുന്നു. അങ്ങ
നെയുള്ളപ്പോൾ സുരക്ഷിതമായ ഇടം തന്നെ വേണം. ആലപ്പുഴ കൊമ്മാ
ടിയിലുള്ള കെ കെ തങ്കപ്പന്റെ വീടാണ് പാർട്ടി കണ്ടെത്തിയത്. തങ്കപ്പൻ
ധീരനായ പാർട്ടിപ്രവർത്തകനാണ്. ചുറ്റുപാടും പാർട്ടി കുടുംബം തന്നെ.
പെട്ടെന്നൊന്നും പൊലീസെത്തില്ല. എങ്കിലും സൂക്ഷിക്കണം. താമസം
മാത്രം പോരാ. ഭക്ഷണം വേണം. നാട്ടിൽ ക്ഷാമകാലം. അമ്പലപ്പുഴ
ചേർത്തല ഭാഗങ്ങളിലെ തൊഴിലാളികൾ മുഴുപ്പട്ടിണിയിലായിരുന്നു.
അരിയും പഞ്ചസാരയും മണ്ണെണ്ണയും കരിഞ്ചന്തയിൽ വില്ക്കുന്നു.
തങ്കപ്പൻ എവിടെ നിന്നെങ്കിലും അരികൊണ്ടുവന്ന് വധൂവരന്മാർക്ക് ഭക്ഷ
ണമുണ്ടാക്കികൊടുത്തു.

ഇതിനിടയിൽ കൃഷ്ണപിള്ള ദേവയാനിയടക്കമുള്ള മഹിളാപ്രവർത്ത
കരെ വിളിച്ചുകൂട്ടി. ബംഗാളിലെ പട്ടിണിമരണത്തെ കുറിച്ചാണ് അദ്ദേഹം
സംസാരിച്ചത്. അവിടെ വിജയലക്ഷ്മി പണ്ഡിറ്റ് ദുരിതാശ്വാസ പ്രവർത്ത
നത്തിനിറങ്ങിയിരിക്കയാണ്. അതുപോലെ ചേർത്തലഭാഗങ്ങളിൽ മഹി
ളാപ്രവർത്തകർ രംഗത്തിറങ്ങണം. ബംഗാളിലെ ദാരിദ്ര്യത്തെപ്പറ്റി *പ്രഭാതം*
പത്രത്തിൽ വന്ന ഒരു കവിത കൃഷ്ണപിള്ള വായിക്കാൻ നല്കി. ദേവ
യാനി ആ കവിത വായിച്ച് പൊട്ടിക്കരഞ്ഞുപോയി. ഭക്ഷണം കിട്ടാതെ
തെരുവുകളിൽ അലഞ്ഞു തിരിയുന്ന ജനങ്ങളുടെ ദീനതയായ ചിത്രം
കവിത വരച്ചുകാട്ടിയിരുന്നു.

നോക്കുക സഹജരേ, നോക്കുമെങ്ങനെ നിങ്ങൾ....
വാക്കുകൊണ്ടാർക്കാഘോര ദുഃസ്ഥിതി വിവരിക്കാം!
തീക്കനൽ തണുപ്പാക്കും ജഠരാഗ്നിതൻ ചൂടിൽ
ചാക്കണയുന്നു മർത്ത്യരായിരക്കണക്കഹോ!
ഉൾക്കത്തും വിശപ്പിനാൽ നാട്ടിലാകെയും, പാത-
വക്കത്തും കിടക്കുന്ന പട്ടിണിശ്ശവങ്ങളെ...
ശ്വാക്കളും കഴുക്കളും കുറുക്കന്മാരും വന്നു
കാക്കുന്നു, കടിക്കുന്നു, തിന്നുതിന്നിഷ്ടം പോലെ!
നില്ക്കക്കള്ളിയില്ലാതെയെരുമക്കിടാങ്ങളെ
വില്ക്കുന്നു... കനിവെഴുമച്ഛനമ്മമാർ പോലും...

മഹിളാപ്രവർത്തകരെയെല്ലാം കവിത കരയിച്ചു. സ്ത്രീകൾ സജ്ജീ
വമായി രംഗത്തിറങ്ങണമെന്ന് കൃഷ്ണപിള്ള നിർദ്ദേശിച്ചു. കുഞ്ഞമ്പു
വിന്റെ ഉപദേശവുമുണ്ടായിരുന്നു. ദേവയാനി ചേർത്തല താലൂക്കിലെ ദുരി

താശ്വാസ പ്രവർത്തനത്തിനിറങ്ങി. സി ജി സദാശിവൻ, ടി കെ രാമൻ, കുമാരപ്പണിക്കർ തുടങ്ങിയവരോടൊപ്പം പ്രദേശത്താകെ ദേവയാനി സഞ്ച രിച്ചു. കെ ആർ ഗൗരിയമ്മയുടെ വീട്ടിലും ചെന്നിരുന്നു.

പട്ടിണിയുടെയും കഷ്ടപ്പാടിന്റെയും പ്രതിസന്ധിയുടെയും നടുവിൽ പതറാതെനിന്ന് പ്രവർത്തിക്കുമ്പോഴും ഭർത്താവിന്റെ ആരോഗ്യകാര്യ മോർത്ത് ദേവയാനി വിഷമിച്ചു. പട്ടിണി കിടന്നും കഷ്ടപ്പെട്ടും ഒളിവിൽ കഴിയുന്ന ആളാണ്. ഭർത്താവിനെ ശുശ്രൂഷിക്കാൻ ഇതുവരെ കഴിഞ്ഞി ട്ടില്ല. ഏറെ നേരം ഒന്നിച്ചിരിക്കാനോ നടക്കാനോ സംസാരിക്കാനോ ഒന്നിനും ഇതുവരെ ഇടയുണ്ടായിട്ടില്ല. ചിലപ്പോൾ തങ്കപ്പന്റെ വീട്ടിലേക്ക് വരുന്നതുതന്നെ രണ്ടും മൂന്നും ദിവസം കഴിഞ്ഞാകും.

കുഞ്ഞമ്പുവിനെ തേടി പൊലീസ് ആലപ്പുഴയിൽ നിരന്തരം സഞ്ച രിക്കുന്നത് മനസ്സിലാക്കിയ കൃഷ്ണപിള്ള നിർദ്ദേശിച്ചു! "എത്രയും വേഗം സ്ഥലം മാറിത്താമസിക്കണം." കുഞ്ഞമ്പു മലബാർ ഭാഗത്തേക്ക് പോകാൻ തയ്യാറായി. ദേവയാനിയോട് അദ്ദേഹം പറഞ്ഞു: "ഇനി എന്ന് തമ്മിൽ കാണുമെന്ന് പറയാനാവില്ല. എവിടെയാണ് അടുത്ത താമസ മെന്ന് നിശ്ചയമില്ല. പി ഗംഗാധരൻ വിവരമറിയിക്കും. അതനുസരിച്ചാകും ഭാവി പരിപാടി. പ്രത്യേകിച്ച് വല്ലതുമുണ്ടെങ്കിൽ അറിയിക്കാം. പാർട്ടി വഴി എന്നെ വല്ലതും അറിയിക്കാം." ദേവയാനിക്ക് കരച്ചിൽ വന്നു. വിവാഹം കഴിഞ്ഞിട്ട് ഏറെ നാളായിട്ടില്ല. അതിനകം തന്നെ ഭാര്യയെ പിരിഞ്ഞു പോകണം. വാസ്തവത്തിൽ കുഞ്ഞമ്പുവും വിഷമത്തിലായി രുന്നു. ഇതുവരെ സ്വസ്ഥമായിരുന്ന് സംസാരിച്ചിട്ടില്ല. രാത്രി ഏറെ ഇരു ട്ടിയാലാണ് തങ്കപ്പന്റെ വീട്ടിലെത്തുക. ചിമ്മിണിവിളക്ക് കത്തിക്കുന്നതു പോലും സൂക്ഷിക്കണം. പരിസരത്തെക്കുറിച്ച് എപ്പോഴും ജാഗ്രത പുലർത്തണം. രസകരമായിരുന്നു വിവാഹജീവിതമെന്ന് കുഞ്ഞമ്പു അനുസ്മരിക്കുന്നു.

കുഞ്ഞമ്പു ആലപ്പുഴ വിട്ട് കൊച്ചിയിലേക്കാണ് പോയത്. തൃശൂ രിലെ അന്തിക്കാട്ടാണ് അദ്ദേഹം ഒളിവിൽ കഴിഞ്ഞത്. കൃഷ്ണപിള്ള യാണ് എല്ലാം ഏർപ്പാടാക്കിയത്. കുഞ്ഞമ്പുപോയ ശേഷം തനിച്ചായ ദേവയാനിയെ മഹിളാ പ്രവർത്തനത്തിൽ സജീവമാക്കാൻ പ്രേരിപ്പിച്ചതും കൃഷ്ണപിള്ളതന്നെ. പ്രവർത്തനം നടന്നുകൊണ്ടിരിക്കെ കോഴിക്കോ ട്ടേക്ക് വരണമെന്നു കാണിച്ച് കൃഷ്ണപിള്ളയുടെ അറിയിപ്പു കിട്ടി. അതു പ്രകാരം അവർ കോഴിക്കോട്ടെത്തി. അവിടെ കമ്യൂൺ ജീവിതം തുട ങ്ങാനുള്ള നടപടിയാരംഭിച്ചിരുന്നു. ഇ എം എസും കൃഷ്ണപിള്ളയും പി നാരായണൻ നായരും ടി സി നാരായണൻ നമ്പ്യാരും കെ പി ജി നമ്പൂതിരിയും മറ്റും ഭാര്യമാരോടൊപ്പം വന്നെത്തിയിരുന്നു. വലിയൊരു രണ്ടുനില കെട്ടിടമാണ് താമസത്തിനൊരുക്കിയത്. വളരെ കർക്കശമായി കമ്യൂൺ ജീവിതം. സ്ത്രീപുരുഷവ്യത്യാസമില്ലാതെ എല്ലാവരും നിർദ്ദേശം പാലിക്കണം. രാവിലെ അഞ്ചുമണിക്കുണരണം. ആഹാരം പാചകം

ചെയ്യലും വിളമ്പലും മാറിമാറിയാണ്. ഒരുദിവസം രാത്രി കഞ്ഞി കുടി
ച്ചുകൊണ്ടിരിക്കെ കൃഷ്ണപിള്ള ദേവയാനിയോട് പറഞ്ഞു. "ദേവയാനി
കോഴിക്കോട്ടും മഹിളാപ്രവർത്തനം നടത്തണം. ചെറുവണ്ണൂർ പ്രദേശ
വുമായി ബന്ധപ്പെടണം. അവിടെ മഹിളാ സംഘം യൂണിറ്റ് രൂപീകരിക്ക
ണം. കോട്ടൺമിൽ പ്രദേശത്ത് വേണമെങ്കിൽ താമസിക്കുകയും ചെയ്യാം."

നിർദ്ദേശമനുസരിച്ച് അടുത്ത ദിവസം രാവിലെ ദേവയാനിയും
കൂട്ടരും ചെറുവണ്ണൂരിലെത്തി. അവിടെയുള്ള സ്ത്രീകളുമായി സംസാ
രിച്ചു. ചെറുവണ്ണൂർ, തിരുവണ്ണൂർ, ഫറോക്ക്, കല്ലായി, പുതിയറ തുടങ്ങിയ
പ്രദേശങ്ങളിലെല്ലാം ദേവയാനി മഹിളാസംഘങ്ങളുണ്ടാക്കി. ഇതിനിടയിൽ
പാർട്ടിയുടെ അനുവാദത്തോടെ ചിലപ്പോൾ അവർ കുഞ്ഞമ്പുവിനെ
കാണാൻ അന്തിക്കാട്ടേക്ക് പോയി. അവിടെ ചെത്തു തൊഴിലാളി ആപ്പീ
സിൽ അന്വേഷിക്കാനാണ് പാർട്ടി നിർദ്ദേശിച്ചത്. കെ പി പ്രഭാകരനായി
രുന്നു യൂണിയൻ ആപ്പീസ് സെക്രട്ടറി. അന്തിക്കാട്ടെ കാഞ്ഞാണിയിൽ
മാധവന്റെ വീട്ടിലാണ് കുഞ്ഞമ്പു താമസിച്ചിരുന്നത്. ഒന്നുരണ്ടു ദിവസം
ദേവയാനി അവിടെ താമസിച്ചു. പിന്നെ കോഴിക്കോട്ടേക്ക് തന്നെ തിരികെ
വന്നു. ചെറുവണ്ണൂരിൽ അപ്പൂട്ടിയുടെ വീട്ടിലാണ് ദേവയാനി താമസിച്ചി
രുന്നത്. ചിലപ്പോൾ കുഞ്ഞമ്പുവും ചെറുവണ്ണൂരിലെത്തും.

മലബാറിൽ പട്ടിണി-പകർച്ചവ്യാധിക്കെതിരെ കമ്യൂണിസ്റ്റു പാർട്ടി
യുടെ നേതൃത്വത്തിൽ സാന്ത്വനപരിചരണ പ്രവർത്തനങ്ങൾ നടന്നുകൊ
ണ്ടിരുന്നു. നാട്ടിൽ അനാഥമന്ദിരങ്ങളും അനാഥബാല രക്ഷാ പരിപാടി
കളും ആവിഷ്കരിച്ചു. ഇതിനിടയിൽ കമ്യൂണിസ്റ്റുപാർട്ടിയുടെ കേരളാ
ഘടകം സുപ്രധാനമായൊരു പ്രസ്താവനയിറക്കി.

കേരളത്തിലെ തൊഴിലാളികളുടെയും കൃഷിക്കാരുടെയും നേതാ
ക്കന്മാരെ ഫാസിസ്റ്റ് വിരോധികൾ ജയിലിലടച്ചിട്ട് മൂന്നുകൊല്ലമാ
യി. കേരളത്തിലെ തൊഴിലാളിപ്രസ്ഥാനത്തിന് അടിത്തറ പാകി
യത് ഇവരാണ്. കാലനിർണ്ണയമോ വിചാരണയോ കൂടാതെ ഇവർ
തടങ്കലിൽ കഴിയുകയാണ്. ഇവരുടെ ജീവൻ രക്ഷിക്കാൻ നമുക്കു
കഴിയണം. ഇവരുടെ മോചനത്തിനായി നടത്തുന്ന പ്രക്ഷോഭ
ത്തിൽ നാട്ടുകാരുടെയും ബഹുജനങ്ങളുടെയും പിന്തുണയും
സഹായവും ഉണ്ടാകണം.

പാർട്ടിയുടെ ഈ ആഹ്വാനം ജനങ്ങളിലെത്തിക്കുന്നതിന് ദേവയാ
നിയടക്കമുള്ള മഹിളാപ്രവർത്തകർ കൂടുതൽ ശ്രദ്ധ ചെലുത്തി. മൊറാഴ
കേസിലെ പ്രതിയായ കുഞ്ഞമ്പുവിനും മോചനം അനിവാര്യമായിരുന്നു.
കുഞ്ഞമ്പുവിന്റെ മോചനം തനിക്കും അത്യാവശ്യമാകുന്ന സന്ദർഭവുമാ
ണിതെന്ന് ദേവയാനി അറിഞ്ഞു. താൻ ഗർഭിണിയാണ്. ദേവയാനിയെ
കുഞ്ഞമ്പു വിവാഹം ചെയ്തത് പ്രധാന പാർട്ടി പ്രവർത്തകർക്കേ അറി
യൂ. എന്നാൽ സാധാരണ പ്രവർത്തകർക്കറിയില്ല. അങ്ങനെയിരിക്കെ ദേവ

യാനി ഗർഭിണിയാണെന്നറിഞ്ഞാൽ സത്യം വെളിപ്പെടുത്തേണ്ടിവരും. അല്ലെങ്കിൽ തെറ്റിദ്ധാരണയ്ക്കിടവരുത്തും. സംശയങ്ങളും അപവാദ ങ്ങളും ഉണ്ടായേക്കാം. എന്നാൽ സത്യം വെളിപ്പെടുത്താനാകാത്ത സ്ഥിതി യാണുള്ളതെന്ന് പാർട്ടി മനസ്സിലാക്കി. ചെയ്യാവുന്നത് ദേവയാനിയെ മാറ്റി പ്പാർപ്പിക്കുക എന്നതാണ്. സ്വന്തം വീട്ടിൽ കഴിയാമെന്ന് ദേവയാനി പറ ഞ്ഞുനോക്കി. അത് കൂടുതൽ കുഴപ്പത്തിനിടയാക്കുമെന്ന് കൃഷ്ണപിള്ള പറഞ്ഞു. തല്ക്കാലം ദേവയാനിയെ ബോംബെയിൽ പാർട്ടി ആസ്ഥാന ത്തേക്കയയ്ക്കാം എന്ന ധാരണയായി. വിശ്വസ്തനായ ഒരു സഖാവിന്റെ കൂടെ ബോംബെയ്ക്ക് യാത്രതിരിച്ചു.

ദേവയാനി തീവണ്ടിമുറിയിലെ ജനാലയ്ക്കരികിലിരിക്കയാണ്. തീവണ്ടി പുക തുപ്പിക്കൊണ്ട് പായുന്നു. കരിയും പുകയും മൂക്കിലേക്കും വായിലേക്കും അടിച്ചുകയറുന്നുണ്ട്. ദേവയാനി മൂക്ക് പൊത്തിപ്പിടിച്ചിരു ന്നു. എങ്കിലും അല്പം കഴിഞ്ഞപ്പോൾ ഛർദ്ദിച്ചു. കൂടെയുള്ള സഖാവ് പരിഭ്രമിച്ചു. പിന്നെയും വണ്ടി ഓടിത്തുടങ്ങി. വണ്ടിയുടെ ഓട്ടത്തിൽ ദേഹം വല്ലാതെ ഇളകുന്നുണ്ടായിരുന്നു. പെട്ടെന്ന് ദേവയാനി പുളഞ്ഞു. ദേഹത്ത് അസാധാരണമായ വേദന. കാൽവിരൽ തുമ്പു മുതൽ തല വരെ വരിഞ്ഞു മുറുകുന്നതുപോലെ. കണ്ണിൽ ഇരുട്ട് കയറുന്നു. ബോധം മറയുകയാണ്. അറിയാതെ ദേവയാനി, അമ്മേ, എന്നുറക്കെ വിളിച്ചു പോയി. വണ്ടി ആർക്കോണത്തെത്തിയപ്പോൾ ദേവയാനി കണ്ണു തുറ ന്നു. പതുക്കെ റെയിൽവേ പ്ലാറ്റ്ഫോമിൽ ഇറങ്ങി. ഇനി ബോംബെയ്ക്ക് പോകാനാവില്ലെന്നു പറഞ്ഞു. തിരികെ കോഴിക്കോട്ടേക്ക് പോകാം. ബോംബെയ്ക്കുള്ള ടിക്കറ്റ് കാൻസലാക്കണമെന്ന് സഖാവ് പറഞ്ഞു. റദ്ദാ ക്കുന്നതിനായി ചെന്നപ്പോൾ ഒരു പരിചിതനെ കണ്ടുമുട്ടി. റെയിൽവേ ജീവനക്കാരനായ അയാൾ ടിക്കറ്റ് കാൻസൽ ചെയ്യേണ്ടന്ന് നിർദ്ദേശിച്ചു. വല്ല സംശയവും തോന്നിയാൽ പൊലീസ് പിടിയിലാകും. അതുകൊണ്ട് വേറെ ടിക്കറ്റെടുത്ത് കോഴിക്കോട്ടേക്ക് പോവുക. അങ്ങനെ ടിക്കറ്റെടുത്ത് വീണ്ടും വണ്ടിയിൽക്കയറി. കോഴിക്കോട്ടെത്തുമ്പോൾ വേദനയും രക്ത സ്രാവവുമുണ്ടായി. വിവരം പാർട്ടിയെ അറിയിച്ചു. കമ്യൂണിൽ കഴിഞ്ഞി രുന്ന ചന്ദ്രൻ എന്ന വിദ്യാർത്ഥി പ്രവർത്തകന്റെ സഹോദരി ഡോക്ടറാ യിരുന്നു. അവരുമായി ബന്ധപ്പെട്ട് ആശുപത്രിയിൽ അഡ്മിറ്റായി. ഗർഭ ഛിദ്രം സംഭവിച്ചതിനാൽ മൂന്നുനാലുദിവസം ആശുപത്രിയിൽ കഴിയേണ്ടി വന്നു. ദേഹം നന്നെ തളർന്നിരുന്നു. മാനസികമായും ക്ഷീണിച്ചിരുന്നു. ആലപ്പുഴയിലെ വീട്ടിൽ കഴിയുന്നതാണ് നല്ലതെന്ന് പാർട്ടി തീരുമാനിച്ചു.

വീട്ടിലെത്തിയശേഷം വിവരങ്ങളൊന്നും പെട്ടെന്നാരോടും പറഞ്ഞി ല്ല. കാണാൻ വന്നവരോട് കമ്യൂൺ ജീവിതത്തെകുറിച്ചുമാത്രം പറഞ്ഞു. അങ്ങനെ കഴിയവെ 1946 ജൂലായ് മാസത്തിൽ ഒരുദിവസം പോസ്റ്റുമാൻ കടന്നുവന്നു. പത്തുരൂപ മണിയോർഡറും ഒരുകത്തും നല്കി. അന്നത്തെ കാലത്ത് പത്തുരൂപയെന്നുവച്ചാൽ വളരെ വലുതായിരുന്നു. ദേവയാനിക്ക്

കത്ത് വായിക്കാനാണ് തിടുക്കമുണ്ടായത്. കാസർഗോഡിനടുത്ത മുള
യാറിൽനിന്ന് പി വി കുഞ്ഞമ്പു എന്ന പേരിലയച്ച കവറാണ്. കവറിനു
ള്ളിൽ ദേവയാനിക്കുള്ള വാർത്തയായിരുന്നു. "ഞാൻ മാളങ്ങളിൽനിന്നും
മാളങ്ങളിലേക്ക് ജീവിതം തള്ളിനീക്കുകയാണ്. എന്നെങ്കിലും പുറത്തു
വരും, അന്ന് നമുക്ക് കാണാം." കത്ത് വായിച്ച ദേവയാനി അത്യധികം
സന്തോഷിച്ചു. കുറച്ചുകാലമായി കുഞ്ഞമ്പുവിനെകുറിച്ച് വിവരമൊന്നു
മില്ലാതിരിക്കയായിരുന്നു. മീനച്ചൂടിൽ മഴ പെയ്തതു പോലെയെന്ന് ആ
സന്ദർഭത്തെ ദേവയാനി അനുസ്മരിക്കുന്നു.

1946 ൽ മദിരാശിയിൽ ടി പ്രകാശത്തിന്റെ നേതൃത്വത്തിൽ മന്ത്രി
സഭ അധികാരമേറ്റെടുത്തു. കുഞ്ഞമ്പുവിന്റെയും മറ്റും വാറണ്ട് പിൻവ
ലിക്കാൻ ഉത്തരവായി. 1946 ജൂലായ് അവസാനം കുഞ്ഞമ്പു ഒളിവു
ജീവിതം മതിയാക്കി പുറത്തിറങ്ങി. അദ്ദേഹം നേരെ ആലപ്പുഴയിലേ
ക്കാണ് വണ്ടികയറിയത്. അപ്രതീക്ഷിതമായി ജീവിതസഖാവ് മുന്നിൽ
പ്രത്യക്ഷപ്പെട്ടപ്പോൾ ദേവയാനിക്ക് വിശ്വസിക്കാനായില്ല. അമ്മയും പുറ
ത്തിറങ്ങി. മകളുടെ വിവാഹദിവസം കണ്ട ആളാണ്. "ഞാനിവളെ കൂട്ടി
കൊണ്ടുപോകാൻ വന്നതാണ്." അദ്ദേഹം പറഞ്ഞു. അല്പം സമയം
വീട്ടിൽ തങ്ങിയ ശേഷം ദേവയാനി പുറപ്പെട്ടു. ഒരു ശനിയാഴ്ചയായി
രുന്നു അതെന്ന് ദേവയാനി രേഖപ്പെടുത്തുന്നു. ബസിലും തീവണ്ടിയി
ലുമായി അടുത്ത ദിവസം രാവിലെ കുഞ്ഞമ്പുവും ദേവയാനിയും പയ്യ
ന്നൂരിൽ വണ്ടിയിറങ്ങി. പ്രാതൽ കഴിച്ചതിനുശേഷം പയ്യന്നൂർ ടൗണി
ലേക്ക് നടന്നു. ഒളിവിൽ പോയതിനുശേഷം ആദ്യമായി പയ്യന്നൂരിൽ
വരികയാണ്. അന്നവിടെ പാർട്ടി അംഗങ്ങളുടെ ഒരു യോഗം നടക്കുന്നു
ണ്ടായിരുന്നു. കുഞ്ഞമ്പുവിന് അതിൽ പങ്കെടുക്കണമെന്നുണ്ട്. ദേവയാ
നിയും കൂടെ ചെല്ലാൻ തയ്യാറായി. ഭാര്യയെ കുഞ്ഞമ്പു സഖാക്കൾക്ക്
പരിചയപ്പെടുത്തിക്കൊടുത്തു. യോഗം തീരാൻ വൈകുന്നേരമായി. കരി
വെള്ളൂരിലേക്ക് കൂടെവരാൻ വി വി കുഞ്ഞമ്പുവും ഉണ്ടായിരുന്നു. ദേവ
യാനിയുടെ കൈയിൽനിന്നും ഒരു പെട്ടിവാങ്ങി വി വി കുഞ്ഞമ്പു തൂക്കി.
കർക്കിടകമാസമാണ്. മഴപെയ്തു കുതിർന്ന നിലം. ഇടയ്ക്കിടെ വെള്ള
ക്കെട്ടുകൾ. വഴിക്ക് വെള്ളൂർ പുഴയുണ്ട്. അത് നീന്തിക്കടക്കണം.
അങ്ങനെ അർദ്ധരാത്രിയോടടുത്ത് മൂവരും കരിവെള്ളൂരിലെത്തി. വി വി
കുഞ്ഞമ്പു അവരെ അന്ന് സ്വന്തം വീട്ടിൽ താമസിപ്പിച്ചു. അടുത്ത ദിവസം
കോളിയോടൻ നാരായണൻ മാസ്റ്ററുടെ വീട്ടിലേക്ക് മാറി. പിന്നീട് ടി എസ്
തിരുമുമ്പിന്റെ വീട്ടിലേക്ക് പോയി. രണ്ടു മാസം അവിടെ കഴിച്ചുകൂട്ടി.
തിരുമുമ്പിന്റെ പിതാവ് പഴയമട്ടുകാരനായിരുന്നു. കുഞ്ഞമ്പുവിന്റെ ഭാര്യ
യാണെന്നറിഞ്ഞാൽ താമസിപ്പിക്കില്ല. അതുകൊണ്ട് തിരുമുമ്പ് കള്ളം
പറഞ്ഞു. ബോംബെയിലെ ഒരു സുഹൃത്തിന്റെ ഭാര്യയാണ്. കുഞ്ഞമ്പു
രാത്രിയിലാണ് വരിക. പിതാവിന്റെ കണ്ണിൽപ്പെടാതിരിക്കാനുള്ള ജാഗ്രത
കൈക്കൊണ്ടിരുന്നു. ഒരുദിവസം അച്ഛൻ കുഞ്ഞമ്പുവിനെ കണ്ടു. "ഇത്

സാക്ഷാൽ കുഞ്ഞമ്പുവല്ലേ." അച്ഛൻ നടുക്കത്തോടെ ചോദിച്ചു: "ഇനി ഞാനിവിടെ താമസിക്കില്ല. മരിച്ചു കളയും." അദ്ദേഹം പറഞ്ഞു. തിരു മുമ്പ് സമാധാനിപ്പിക്കാൻ നോക്കി. ഫലിച്ചില്ല. വീണ്ടും കോളിയോടൻ നാരായണൻ മാസ്റ്ററുടെ വീട്ടിലേക്കു തന്നെ മാറി. നാട് പട്ടിണിയിലായ കാലമാണത്. റേഷനരികൊണ്ട് കഷ്ടിച്ച് ജീവിക്കണം. മാസ്റ്ററുടെ വീട്ടിലെ നില ദേവയാനി മനസ്സിലാക്കി. നമുക്കുവേണ്ടി ഈ കുടുംബം പട്ടിണി കിടക്കരുത്. ഇവിടെനിന്നും മാറണമെന്ന് കുഞ്ഞമ്പു നിശ്ചയിച്ചു.

താമസിക്കാനൊരു വീടുവേണം. അന്വേഷണമായി. പാർട്ടി കമ്മിറ്റി ഒരു വീട് കണ്ടെത്തി. ആറ്റാശ്ശേരി ഗോപാലൻ എന്നയാളുടെ വീട്. ഗോപാ ലൻ കുഞ്ഞമ്പുവിനെ ബഹുമാനമായിരുന്നു. എത്രകാലം വേണമെങ്കിലും താമസിച്ചുകൊള്ളൂ എന്നാണയാൾ പറഞ്ഞത്. വാടക വേണ്ട. വിശപ്പട ക്കാൻ ഭക്ഷണമില്ലെങ്കിലും കയറിക്കിടക്കാൻ ഒരിടമുണ്ടായല്ലോ എന്ന് കുഞ്ഞമ്പുവും ദേവയാനിയും സമാധാനിച്ചു. ഭക്ഷണക്ഷാമം ഗുരുതര മായിരുന്നു. കുഞ്ഞമ്പുവിന് പാർട്ടി പ്രവർത്തനത്തിന് പല രാത്രികളിലും പോകേണ്ടി വന്നു. അയൽപക്കത്തെ ഇ പി കരുണാകരനും ഭാസ്കരനു മാണ് ആ സന്ദർഭങ്ങളിൽ കൂട്ടിന് വരാറ്. ഇരുവരും ചെറിയ കുട്ടികളാ യിരുന്നു. അവരെ ദേവയാനി എഴുത്തും വായനയും പഠിപ്പിച്ചു. അയൽപ ക്കത്തുള്ള മറ്റുകുട്ടികളും പഠിക്കാൻ വന്നു. ദേവയാനിക്ക് സന്തോഷം പകർന്ന അനുഭവമായിരുന്നു. ഒറ്റയ്ക്കിരുന്നുള്ള മടുപ്പും ഇല്ലാതായി. അക്ഷരം പഠിച്ചതിനു പ്രതിഫലമെന്ന നിലയിൽ കുട്ടികൾ അരിയും തേങ്ങയും കൊണ്ടുവന്നു. പട്ടിണികിടക്കുന്ന ആ കുടുംബത്തിന് അതാ ശ്വാസമായി. ഇതിനടിയിൽ കരിവെള്ളൂരിലെ കർഷകസംഘവുമായി ദേവ യാനി ബന്ധപ്പെട്ടു. കരിവെള്ളൂർ സംഭവത്തോടെ ദേവയാനി തീർത്തും അസ്വസ്ഥയായി. നാട്ടിൽ പൊലീസ് തേർവാഴ്ച സ്ത്രീകളും കുട്ടികളും ഭയന്നുവിറച്ചു കഴിഞ്ഞ സന്ദർഭം. കരിവെള്ളൂർ സംഭവത്തിലെ ഒന്നാം പ്രതിയായ കുഞ്ഞമ്പുവിന്റെ ഭാര്യക്കെതിരെയും പൊലീസ് തിരിഞ്ഞു. ആരും അവർക്കഭയം കൊടുക്കരുതെന്ന് കല്പിച്ചു. ദേവയാനി അധീര യാകാതെ പല വീടുകളിലും മാറിമാറി താമസിച്ചു. പകൽസമയങ്ങളിൽ ശ്മശാനത്തിൽ കഴിച്ചുകൂട്ടി. കുറച്ചുകാലം കീച്ചേരിയിൽ യശോദടീച്ച റുടെ വീട്ടിലും കഴിഞ്ഞു. ഇതിനിടയിൽ എ വി കുഞ്ഞമ്പുവിനെ കാണാൻ അവർ ജയിലിൽ പോകുന്നുണ്ട്. കരിവെള്ളൂരിൽ വച്ചുതന്നെയാണ് ആദ്യ കുഞ്ഞിന് ജന്മം നല്കുന്നത്. അദ്ദേഹം ജാമ്യത്തിലിറങ്ങുമ്പോൾ കുഞ്ഞിന് ഏഴുമാസം പ്രായമായിരുന്നു. നാട്ടുകാരുടെയും പാർട്ടിയുടെയും സഹായത്തോടെ സ്വന്തമായൊരു വീടുണ്ടാക്കിയത് ആ സമയത്താണ്. ജാമ്യത്തിലിറങ്ങിയ കുഞ്ഞമ്പുവിനെ വീണ്ടും കള്ളക്കേസ് ചുമത്തി പൊലീസ് അറസ്റ്റുചെയ്തു.

ഒറ്റപ്പെടലിന്റെയും ഭീതിയുടെയും നാളുകളാണ് പിന്നീടുണ്ടായത്. വീട് പൂർത്തിയായിരുന്നില്ല. വാതിൽ കൂട്ടാൻ ആശാരിയെ കിട്ടിയില്ല. ദേവ

യാനിയെ സഹായിക്കുന്നവരെ കള്ളക്കേസിൽ കുടുക്കുമെന്ന നിലയു
ണ്ടായി. പീഡനങ്ങൾ അതിജീവിച്ച് പിടിച്ചു നില്ക്കാൻ തീവ്രശ്രമം തന്നെ
നടത്തേണ്ടിവന്നു. പൊലീസിന്റെയും ഗുണ്ടകളുടെയും നിരന്തരഭീഷണി
യിൽ നിന്നൊഴിവായി ആലപ്പുഴയിലെ സ്വന്തം വീട്ടിലും ദേവയാനി കഴി
ഞ്ഞു. അവിടെ വച്ച് മൂത്തമകൾ രാധാമണി അകാലത്തിൽ മരണപ്പെട്ടു.
ദേവയാനിയെ വളരെയേറെ ദുഃഖിപ്പിച്ച സംഭവമാണിത്. വാർത്തകേട്ട്
കുഞ്ഞമ്പുവും സങ്കടപ്പെട്ടു. 1950 ജനുവരി 26 ന് അദ്ദേഹം ജയിൽ മോചി
തനായി. ആലപ്പുഴയിലെത്തി. ഭാര്യയെയും കൂട്ടി അദ്ദേഹം വീണ്ടും കരി
വെള്ളൂരിൽ വന്നു. 1999 ഒക്ടോബർ ഏഴിന് ദേവയാനി അന്തരിച്ചു.

കുഞ്ഞമ്പു-ദേവയാനി ദമ്പതികൾക്ക് ആറു മക്കളാണ്. പയ്യന്നൂർ
ബാറിലെ ലീഡിങ് അഡ്വക്കേറ്റാണ് മൂത്തമകൻ വിജയകുമാർ. ടി കെ
രാധാമണിയാണ് ഭാര്യ. രണ്ടാമത്തെ മകൾ മാലതി. ഭർത്താവ് വിനോദ്
കുമാർ. മൂന്നാമൻ പ്രശസ്ത നാടകപ്രവർത്തകനും കവിയുമായ കരി
വെള്ളൂർ മുരളിയാണ്. ബാങ്ക് ജീവനക്കാരിയായ കോമളവല്ലിയാണ് ഭാര്യ.
അടുത്ത മകൾ ഭാസുരാംഗി. ഭർത്താവ് എ വി തമ്പാൻ, ബാലചന്ദ്രൻ
ജയദേവൻ എന്നിവർ മറ്റുമക്കൾ. സി പി ലേഖ, എ വി ലൈജു എന്നിവർ
മരുമക്കൾ.

9

കലാപ്രവർത്തനം

സാമൂഹ്യപുരോഗതിയിൽ കലയ്ക്കും സംസ്കാരത്തിനും വലിയ പങ്കുണ്ടെന്ന് കുഞ്ഞമ്പു തിരിച്ചറിഞ്ഞിരുന്നു. പാട്ടും കവിതയും മാത്ര മല്ല നാടകവും ജനതയെ ഉത്സാഹം കൊള്ളിച്ചിരുന്നു. ജീവിതപരിസര വുമായി കലാപ്രവർത്തനങ്ങളെ ഇണക്കിച്ചേർക്കാൻ പണ്ടുള്ളവർ ശ്രമി ച്ചിരുന്നു. കർഷകസംഘം രൂപീകരണകാലത്ത് പാട്ടുപാടിക്കൊണ്ട് നേതാ ക്കൾ ഇടവഴികളിലൂടെയും തോണികളിലൂടെയും സഞ്ചരിച്ചിരുന്നു. പുതിയ ജീവിത ദർശനമാണ് കലാകാരന്മാർക്കുണ്ടാവേണ്ടതെന്ന് കുഞ്ഞമ്പു പറയുമായിരുന്നു. കുട്ടമത്തിന്റെയും വിദ്വാൻ പി കേളുനായ രുടെയും കവിതകളും നാടകങ്ങളും കേട്ടും പഠിച്ചും അഭിനയിച്ചും വന്ന വ്യക്തിയാണദ്ദേഹം. രാഷ്ട്രീയ പ്രവർത്തനം കലാപ്രവർത്തനം കൂടിയാ ണെന്നദ്ദേഹം പറയുമായിരുന്നു. സാംസ്കാരിക പൈതൃകമുള്ള കരി വെള്ളൂരിന്റെ നാടകപ്പെരുമ ശ്രദ്ധേയമാണ്. ദേശീയ പ്രസ്ഥാനവുമായും സ്വാതന്ത്ര്യസമരപ്രസ്ഥാനവുമായും ബന്ധപ്പെട്ടാണ് അത് വളർന്നത്. കരി വെള്ളൂരിലെ പഴയകാല എഴുത്തുകാരെല്ലാം നാടകരചനയോടെ സാഹി ത്യപ്രവർത്തനം തുടങ്ങിയവരാണ്. നൃത്ത സംഗീതനാടകങ്ങൾ അവത രിപ്പിച്ച് ജനശ്രദ്ധ പിടിച്ചുപറ്റിയ നാടകസമിതി 1910 –20 കാലഘട്ടത്തിൽ തന്നെ കരിവെള്ളൂരിലുണ്ടായിരുന്നെന്ന് *കരിവെള്ളൂരിന്റെ ഇന്നലെകൾ* എന്ന ഗ്രന്ഥത്തിൽ പറയുന്നു. അയിത്തല അമ്പു ആശാൻ അക്കാലത്ത് നാടകക്കളരി നടത്തിയിരുന്നു. കുട്ടമത്തിന്റെ നാടകങ്ങൾ അദ്ദേഹം അഭി നയിച്ചുപ്രദർശിപ്പിച്ചിരുന്നു. അയിത്തലഅമ്പു ആശാന്റെ നാടകക്കളരി യിലേക്ക് ആവേശത്തോടെ കടന്നുചെന്ന കലാകാരനാണ് കുഞ്ഞമ്പു. ചെറുപ്പംതൊട്ടെ പുരാണപാരായണത്തിലൂടെ ശ്രദ്ധേയനായ അദ്ദേഹ ത്തിന് നാടകത്തിലും എളുപ്പത്തിൽ തിളങ്ങാൻ കഴിഞ്ഞു. സംഗീത നാട

കങ്ങളാണ് അക്കാലത്ത് അവതരിപ്പിച്ചിരുന്നത്. നടന്മാർക്ക് ഗാനങ്ങൾ ഇഷ്ടംപോലെ പാടി ഫലിപ്പിക്കാമായിരുന്നു. ഇത് കുഞ്ഞമ്പുവിന് വളരെ അനുഗ്രഹമായി. ശബ്ദഭംഗിയുള്ള കുഞ്ഞമ്പുവിന്റെ പാട്ട് ശ്രോതാക്കളിൽ കുളിര് പകർന്നു. കുട്ടമത്തിന്റെ *ദേവയാനിചരിതത്തിലാണ്* അദ്ദേഹം ആദ്യം അഭിനയിച്ചത്.

കുട്ടമത്തിന് കരിവെള്ളൂരുമായി പൈതൃകബന്ധമുണ്ട്. മഹാകവി യുടെ പിതാവ് വങ്ങാട്ടുമഠത്തിലെ ഉണ്ണമ്മൻ ഉണിത്തിരിയായിരുന്നു. കുട്ട മത്തിന്റെ ദേശാഭിമാനം തുളുമ്പുന്ന കവിതകൾ കുഞ്ഞമ്പു കാണാപ്പാഠ മാക്കിയിരുന്നു. അന്നത്തെ കോൺഗ്രസ് പ്രവർത്തനത്തിന്റെ ഭാഗവുമാ യിരുന്നു കവിതാപഠനം. കുട്ടമത്ത് പുരാണനാടകങ്ങളാണെഴുതിയത്. നാടകത്തിനുവേണ്ടിയല്ല അദ്ദേഹം നാടകമെഴുതിയത്. ചില ഉദ്ദേശ്യങ്ങൾ മുൻനിർത്തിയാണ്. ദേശീയ പ്രസ്ഥാനത്തിലെ ആദർശലക്ഷ്യങ്ങളാണ് നാടകങ്ങളിൽ തുടിച്ചുനിന്നത്. അയിത്തോച്ചാടനം, മദ്യവർജ്ജനം, സ്വദേ ശീബോധം തുടങ്ങിയവ പാട്ടിലൂടെയും സംഭാഷണങ്ങളിലൂടെയും ധ്വനി പ്പിക്കും.

നാടകങ്ങളിൽ വേഷമെടുക്കുന്നതിന് കുഞ്ഞമ്പുവിനെ സംബന്ധി ച്ചിടത്തോളം ചില ലക്ഷ്യങ്ങളുണ്ടായിരുന്നു. പ്രധാനം നാടകം കാണാ നെത്തുന്നവരെ മനസ്സിലാക്കുകയാണ്. നാടകത്തിലെ ചില സംഭാഷണ ങ്ങൾ കേൾക്കുമ്പോൾ ജനം പ്രതികരിക്കുന്നതെങ്ങനെയെന്നും ശ്രദ്ധി ക്കും. നാടകം ഒരുതരം രാഷ്ട്രീയപ്രചരണം തന്നെയായിരുന്നല്ലോ. കൃഷ്ണ നാട്ടവും രാമനാട്ടവും കഥകളിയും മറ്റും ജനസാമാന്യത്തെ ആത്മീയത യിലേക്ക് നയിക്കാൻ ബോധപൂർവ്വം സൃഷ്ടിച്ചതാണെന്ന് കുഞ്ഞമ്പു പറ യുന്നു. എന്നാൽ നാടകം ജനകീയകലയാണ്. സാധാരണക്കാർക്കിടയിൽ അവരുടെ പ്രശ്നങ്ങൾ ഉയർത്തിക്കാട്ടിയാണ് നാടകം വികസിക്കുന്നത്. കുഞ്ചൻനമ്പ്യാരുടെ തുള്ളൽ ജനമുന്നേറ്റത്തിന്റെ കലാരൂപമാണെന്ന ദ്ദേഹം ചൂണ്ടിക്കാട്ടുന്നു.

സവർണ്ണമേധാവിത്വത്തിന്റെ മുഖത്ത് ആഞ്ഞുചവിട്ടിക്കൊണ്ടാണ് കുഞ്ചൻനമ്പ്യാർ ഓട്ടൻ തുള്ളൽ സൃഷ്ടിച്ചത്. അന്നുവരെയുണ്ടാ യിരുന്ന കലാസൃഷ്ടികളുടെ കരണത്തടിച്ചുകൊണ്ട് ലളിതമായ പദാ വലികൊണ്ട് നമ്പ്യാർ സൃഷ്ടിച്ച കലാരൂപം പണ്ഡിത—പാമരഭേദ മന്യേ ഏവർക്കും ആസ്വാദ്യകരമായി. അനാചാരങ്ങൾക്കും അഴി മതികൾക്കുമെതിരെ ഫലിതരസത്തിൽ പൊതിഞ്ഞ കുരമ്പുകൾ അദ്ദേഹം തൊടുത്തുവിട്ടു. ഈശ്വരന്റെ പേരിൽ കീശ നിറയ്ക്കു ന്നവരെ കണക്കിന് കശക്കി. സാമൂഹ്യമാറ്റത്തിന്റെ, അവർണ്ണരു ടെയും ചൂഷിതരുടെയും മോചനത്തിന്റെ മുന്നേറ്റചരിത്രത്തിൽ ഓട്ടൻതുള്ളലെന്ന കലാരൂപത്തിനുള്ള സ്ഥാനം പ്രഥമഗണനീയം തന്നെ.

അഭിനവഭാരത് യുവക് സംഘത്തിനു കീഴിൽ നാടകസമിതിയും പ്രവർത്തിച്ചിരുന്നു. മലയാളത്തിലെ ആദ്യത്തെ രാഷ്ട്രീയനാടകമായ *പാട്ട*

ബാക്കി ഇറങ്ങിയ കാലത്തുതന്നെ കുഞ്ഞമ്പുവിന്റെ നേതൃത്വത്തിൽ കരി വെള്ളൂരിൽ അവതരിപ്പിച്ചിരുന്നു. ജന്മിയുടെ ചൂഷണത്തെ ജനങ്ങൾക്കു മുന്നിൽ തുറന്നുകാട്ടുന്ന നാടകം കരിവെള്ളൂർകാരെ ആഴത്തിൽ സ്വാധീ നിച്ചു. നാടകത്തിൽ കുഞ്ഞമ്പുവിന് കിട്ടുണ്ണിയുടെ വേഷമായിരുന്നു. കരി വെള്ളൂരിനെ രാഷ്ട്രീയ പ്രബുദ്ധമാക്കിത്തീർക്കുന്നതിൽ ആ നാടകം വലിയ പങ്കുവഹിച്ചു. കുഞ്ഞമ്പുവിനെ കൂടാതെ കെ കൃഷ്ണൻ മാസ്റ്ററും പി കുഞ്ഞിരാമനും നാടകത്തിലഭിനയിച്ചു. എ കെ ജിയും കെ പി ആർ ഗോപാലനും വി വി കുഞ്ഞമ്പുവും നാടകത്തിലഭിനയിച്ചിരുന്ന കാലമാ ണത്. രാഷ്ട്രീയപ്രവർത്തനത്തിന്റെ പ്രധാനഭാഗമായി നാടകപ്രവർത്ത നത്തെയും അന്നുള്ളവർ കൊണ്ടുനടന്നു.

പകൽസമയത്ത് രാഷ്ട്രീയപ്രവർത്തനം. രാത്രിയിൽ നാടകം കളി ക്കൽ ഇതായിരുന്നു കുഞ്ഞമ്പുവിന്റെ രീതി. നാടകമാണെങ്കിൽ *ദേവ യാനി* ചരിതമാണ്. ദേശീയപ്രസ്ഥാനത്തിന്റെ ഭാഗമായ കള്ളുഷാപ്പ് പിക്ക റ്റിങ്ങിൽ കുഞ്ഞമ്പു സജീവമായിത്തീർന്ന കാലം. വൈകുന്നേരമാണ് പിക്കറ്റിങ് നടക്കുക. ഒരിക്കൽ കുഞ്ഞമ്പുവും കൂട്ടരും *ദേവയാനി ചരിതം* നാടകം കളിക്കുകയായിരുന്നു. ചില കുടിയന്മാർ കൂവി ബഹളം വച്ച് നാടകം അലങ്കോലമാക്കാൻ ശ്രമിച്ചു. നാടകത്തിൽ കചനെ രാക്ഷസർ കള്ളിൽ അരച്ചു ചേർത്ത് കുടിക്കാൻ കൊടുക്കുന്ന രംഗം വരുമ്പോൾ കൈയടിച്ചു. പല കമന്റുകളും സദസ്സിൽ നിന്നുയരും. നാടകക്കാരെ അതൊന്നും ബാധിക്കില്ല.

വൈകിട്ടാണ് കള്ളുഷാപ്പ് പിക്കറ്റിങ്. കുടിയന്മാർ ഷാപ്പിനുമുന്നി ലേക്ക് വരുന്നുണ്ടാകും. വരുന്നവരോടെല്ലാം കുടിക്കരുതെന്നു ഉപദേശി ക്കും. അത് കേൾക്കാതെ കുടിക്കാൻ പോകുന്നവരെ തടയും. ആ സന്ദർഭ ത്തിൽ ഷാപ്പുടമയുടെ ഗുണ്ടകൾ ചാടിവീണ് മർദ്ദിക്കും. കുടിക്കാൻ വന്ന വരും മർദ്ദിക്കും. എങ്കിലും പിക്കറ്റിങ് മുടങ്ങാതെ നടത്തി. ചില ദിവസ ങ്ങളിൽ മീൻ കഴുകിയ വെള്ളം സത്യഗ്രഹികളുടെ മീതെ ഒഴിച്ചും.

ഒരു വൈകുന്നേരം കുഞ്ഞമ്പുവും കൂട്ടരും കള്ളുഷാപ്പ് പിക്കറ്റിങ് നടത്തുകയായിരുന്നു. അന്നുരാത്രിയിൽ നാടകമുണ്ട്. പിക്കറ്റിങ് ചെയ്ത വരെ ഗുണ്ടകൾ മർദ്ദിച്ചു. ചീഞ്ഞ കള്ള് അവരുടെ നേരെ ഒഴിച്ചു. മർദ്ദന മേറ്റ കുഞ്ഞമ്പുവിന്റെ ശരീരത്തിൽ ചോര പൊടിഞ്ഞു. തലയിൽ നിന്നും രക്തമൊഴുകി. എന്നിട്ടും ഷാപ്പിനുമുന്നിൽനിന്നു മാറിയില്ല. സന്ധ്യ യ്ക്കാണ് പിക്കറ്റിങ് തീർന്നത്. നാടകം കുറച്ചു ദൂരത്തായിരുന്നു. സമര രംഗത്തുനിന്നും കുഞ്ഞമ്പു നാടകരംഗത്തേക്ക് ഓടുകയായിരുന്നു. ചോര യിൽ കുളിച്ച് ഓടിവരുന്ന കുഞ്ഞമ്പുവിനെക്കണ്ട് സഹനടന്മാർക്ക് സഹി ച്ചില്ല. അവർ വിലക്കി. "ഇന്ന് വേഷം കെട്ടേണ്ട" എന്നുപറഞ്ഞു. കുഞ്ഞ മ്പുവുണ്ടോ അനുസരിക്കുന്നു. അദ്ദേഹം ദേഹം വൃത്തിയാക്കി മേക്കപ്പ് ചെയ്തു. കചനായി രംഗത്തെത്തി തകർത്തഭിനയിച്ചു. അഭിനയത്തിനി ടയിൽ തലയിൽനിന്ന് ചോരയൊലിച്ചു. അത് കണ്ട് കാണികൾ കചന്റെ തലയിൽ ചോര എന്നു വിളിച്ചു പറഞ്ഞു. കുഞ്ഞമ്പു അതിന്റെ കാരണം

വിശദീകരിച്ചു. കചനെ രാക്ഷസന്മാർ ആക്രമിച്ചു. കാട്ടിൽ വച്ചല്ല, കള്ളു ഷാപ്പിനു മുന്നിൽവച്ച്.

നാടകം കുഞ്ഞമ്പുവിന് രാഷ്ട്രീയ പ്രചാരണത്തിനുള്ള ഉപാധി യായിരുന്നു. നാടകത്തിന്റെ നാന്ദിയിൽ നടൻ രംഗത്തുവരുമ്പോൾ വന്ദന ശ്ലോകം പാടണം. ഈശ്വരസ്തുതിയായിരിക്കും ഈ പാട്ട്. കുഞ്ഞമ്പു പാടുന്ന വന്ദനശ്ലോകം ദേശഭക്തി നിറഞ്ഞതായിരിക്കും. അതുകേട്ട് പലരും നെറ്റിച്ചുളിക്കും. എന്നാൽ സാധാരണക്കാർ തലകുലുക്കി ആസ്വ ദിക്കും. ബ്രഹ്മാവിനെയും ശിവനെയും പരമാർശിക്കുന്നതിനുപകരം വേലു ത്തമ്പിയെയും പഴശ്ശിരാജയെയും പരമാർശിക്കും. ജനങ്ങളെ ദേശവികാ രത്തിലേക്കും സ്വാതന്ത്ര്യചിന്തയിലേക്കും ആകർഷിക്കുകയെന്നത് ഉത്ത മനായ ഒരു പൊതുപ്രവർത്തകന്റെ കടമയാണെന്ന് കുഞ്ഞമ്പുവിന് ബോദ്ധ്യമുണ്ടായിരുന്നു. നാടകത്തിന്റെ അവതരണത്തിൽപ്പോലും ക്രമേണ മാറ്റം വരുത്തി. കചൻ രംഗത്തെത്തിയാൽ നിർബ്ബന്ധമായും ഒരു ദേശഭക്തി ഗാനം പാടണമെന്ന നിലവന്നു. മറ്റു കഥാപാത്രങ്ങൾ സമരഗാനം പാടണം. സദസ്സിൽനിന്ന് ചോദ്യം ചോദിക്കുന്ന അവസ്ഥ വളർന്നു. നടന്മാർ ഉത്തരം പറയും. ഗണപതി വന്ദനവും സരസ്വതിവന്ദ നവും മാറി പകരം ഗാന്ധിവന്ദനവും കസ്തൂർബാവന്ദനവുമായി. ഇങ്ങനെ സാമൂഹ്യ – രാഷ്ട്രീയപ്രശ്നങ്ങൾ പരിശോധിക്കാനും കൈകാര്യം ചെയ്യാ നുമുള്ള നിർദ്ദേശങ്ങൾ പകരുന്ന വേദിയായി നാടകം മാറിത്തീർന്നു. എല്ലാ നാടകങ്ങളും സ്വാതന്ത്ര്യസമ്പാദനത്തിനുവേണ്ടിയുള്ള ദേശീയ പ്രസ്ഥാനത്തിന്റെ പ്രവർത്തനങ്ങളെ സഹായിക്കുന്നവയായിരുന്നു. കേളു നായരുടെ *പാക്കനാർ ചരിതം* ദേശീയ പ്രബുദ്ധതയുണർത്തുന്നതായി രുന്നു. കുഞ്ഞമ്പു എഴുതുന്നു:

രാഷ്ട്രീയ സാമൂഹ്യരംഗത്തുണ്ടായ പരിവർത്തനങ്ങൾക്കും വളർച്ചയ്ക്കും അനുസരിച്ച് പിന്നീട് നാടകങ്ങൾ രചിക്കപ്പെട്ടു. കെ ദാമോദരനെഴുതിയ *പാട്ടബാക്കി, രക്തപാനം* തുടങ്ങിയ നാടക ങ്ങൾ നാടുവാഴിത്തത്തിനും ജന്മിത്തത്തിനും എതിരായ കൃഷി ക്കാരുടെ പോരാട്ടത്തിനും തൊഴിലാളി വർഗ്ഗത്തിന്റെ പോരാട്ട ത്തിനും ചൂടും ആവേശവും നല്കി.

നാടകരംഗത്തിന്റെ വർത്തമാനകാല നിലയെക്കുറിച്ചും കുഞ്ഞമ്പു ചിന്തിക്കുന്നു:

നാടകരംഗത്തിന്റെ ഇന്നത്തെ സ്ഥിതിയെന്താണ്. അമേച്ചർ നാട കവേദി ഇന്ന് ഒരു സങ്കല്പനം മാത്രമായിരിക്കുന്നു. കച്ചവടചര ക്കുകൾപോലെ രുചിഭേദത്തിനനുസരിച്ച് എന്തും പടച്ചുവിടുന്ന പ്രൊഫഷണൽ നാടകവേദിയുടെ നീരാളിപ്പിടുത്തത്തിൽപ്പെട്ട് ഇന്ന് മലയാളനാടകരംഗം ഊർദ്ധ്വശ്വാസം വലിക്കുന്ന അവസ്ഥ ദയനീയമാണ്.

കോൺഗ്രസുകാരനും നാടകക്കാരനുമായ കുഞ്ഞമ്പുവിന്റെ ജീവിതം നാടിന് സ്വന്തമായിരുന്നു. കരിവെള്ളൂരിൽ എന്തുണ്ടായാലും അവിടെ കുഞ്ഞമ്പുവുണ്ടാകും. ആർക്കെങ്കിലും രോഗം വന്നാൽ അദ്ദേഹം ഓടിയെത്തും. വിവാഹവും മരണവും നടക്കുമ്പോൾ ആദ്യാവസാനക്കാരനായി കുഞ്ഞമ്പുവുണ്ടാകും. ചെറുപ്പക്കാരന്റെ ഈ ത്യാഗമനോഭാവം അദ്ദേഹത്തെ ജനങ്ങളുടെ കണ്ണിലുണ്ണിയാക്കി. ആർക്കെങ്കിലും എന്തെ ങ്കിലും പ്രശ്നമുണ്ടായാൽ ആദ്യം വന്നെത്തുക കുഞ്ഞമ്പുവിന്റെ അടു ത്താണ്. അദ്ദേഹം നാടകം കളിക്കുമ്പോൾ ജനങ്ങളാകെ കാണാനെ ത്തും. നാടകം കാണാനുള്ള താല്പര്യം സ്വാതന്ത്ര്യസമരത്തിൽ സജീ വമായി പങ്കെടുക്കാനുള്ള ആവേശമാക്കി മാറ്റാൻ അദ്ദേഹത്തിനു കഴി ഞ്ഞു. നാടകരംഗത്ത് പിതാവിന്റെ പാരമ്പര്യം മകൻ കരിവെള്ളൂർ മുരളിയും ജയദേവനും കാത്തുസൂക്ഷിക്കുന്നു.

10

ഭൂമിയുടെ അവകാശികൾക്കുവേണ്ടി

എ വി കുഞ്ഞമ്പുവിന്റെ ജീവിതം ഭൂമിയുടെ അവകാശികൾക്കായി നീക്കിവെച്ചതായിരുന്നു. മണ്ണിൽ പണിയെടുക്കുന്നവരും വിള ഉല്പാദി പ്പിക്കുന്നവരുമാണ് ഭൂമിയുടെ അവകാശികളെന്ന് അദ്ദേഹം പറയുമായി രുന്നു. കേരളീയ ജീവിതത്തിന്റെ സുപ്രധാന സാന്നിദ്ധ്യമാണ് കൃഷി. കൃഷിഭൂമി കർഷകന് എന്നത് പഴയകാല മുദ്രാവാക്യമായിരുന്നു. മണ്ണിൽ പണിയെടുക്കുന്നവരുടെ അവകാശങ്ങളും സ്വാതന്ത്ര്യവും സംരക്ഷിച്ചു നിർത്തുന്നതിന് എണ്ണമറ്റ പോരാട്ടങ്ങൾ തന്നെ നടക്കുകയുണ്ടായി. കേരള ത്തിന്റെ രാഷ്ട്രീയ വളർച്ചയിൽ നിർണ്ണായകസ്വാധീനം ചെലുത്തുവാൻ കർഷകപ്രസ്ഥാനങ്ങൾക്ക് കഴിഞ്ഞിട്ടുണ്ട്. 1935 ലാണ് വിഷ്ണുഭാരതീ യന്റെ ഗൃഹത്തിൽവച്ച് കർഷകസംഘം രൂപീകരിച്ചത്. അതിനു മുമ്പു തന്നെ എ വി കുഞ്ഞമ്പുവും എം പി അപ്പുമാസ്റ്ററും ചേർന്ന് കർഷക സംഘം രൂപീകരിച്ചിരുന്നു. കരിവെള്ളൂരും പരിസരങ്ങളിലുമായുള്ള കർഷ കരുടെ പ്രശ്നങ്ങൾ പരിഹരിക്കുകയായിരുന്നു ലക്ഷ്യം. വാശി, നുരി, മുക്കാൽ, വെച്ചുകാണൽ, ശീലക്കാശ് തുടങ്ങിയ അക്രമപ്പിരിവുകൾക്കെതി രെയാണ് കർഷകസംഘം പോരാട്ടത്തിനിറങ്ങിയത്. മലബാർ കുടിയാൻ നിയമത്തിൽ ഭേദഗതി വരുത്തണമെന്നും കുടിയാന്മാർക്ക് സ്ഥിരാവകാശം ലഭിക്കണമെന്നുമുള്ള ആവശ്യങ്ങളുന്നയിച്ചുകൊണ്ട് കുഞ്ഞമ്പുവിന്റെ നേതൃത്വത്തിൽ പ്രക്ഷോഭസമരങ്ങൾ സംഘടിപ്പിച്ചിരുന്നു.

കരിവെള്ളൂരിനടുത്ത കാങ്കോൽ പ്രദേശത്തെ ചന്തു എന്ന കർഷ കനെ ആലക്കാട്ടെ ജന്മി ഒഴിപ്പിച്ച സംഭവമുണ്ടായി. വാർത്തയറിഞ്ഞ് ആദ്യം ഓടിയെത്തിയത് കുഞ്ഞമ്പുവും ഷേണായിയുമാണ്. ചന്തു കുടിൽ പൊളിച്ചു നിരത്തിയിരുന്നു. ജന്മിയെ പേടിച്ച് കർഷകരാരും തന്നെ പുറ ത്തിറങ്ങിയിരുന്നില്ല. ജനങ്ങളെ ജന്മിക്കെതിരെ അണിനിരത്തുക പ്രയാ

സമാണെന്നറിഞ്ഞപ്പോൾ കുഞ്ഞമ്പുവും ഷേണായിയും ചേർന്ന് എ കെ ജിയെ വിവരമറിയിച്ചു. എ കെ ജിയോടൊപ്പം കുഞ്ഞമ്പുവും ഷേണായിയും വീടുവീടാന്തരം കയറിയിറങ്ങി. ചന്തുവിനുണ്ടായ ഗതി നാളെ മറ്റുള്ളവർക്കും വരുമെന്ന് ഓർമ്മിപ്പിച്ചു. അങ്ങനെ ജനങ്ങളിൽ ആത്മവിശ്വാസം വളർത്തി. ഇതിനിടയിൽ ജന്മിയെ സഹായിക്കാൻ പൊലീസ് എത്തിച്ചേർന്നു. എന്നാൽ കർഷകസംഘം പ്രവർത്തകർ ചന്തുവിന്റെ പറമ്പിൽ താവളമുറപ്പിച്ചു കഴിഞ്ഞിരുന്നു. ഒടുവിൽ ജന്മിക്ക് ചന്തുവിന്റെ നിലം തിരികെ കൊടുക്കേണ്ടിവന്നു. ഈ സംഭവം ചിറയ്ക്കൽ താലൂക്കിലാകെ അലയടിക്കുകയുണ്ടായി. ഒന്നിച്ചുനിന്നാൽ ആവശ്യം നേടിയെടുക്കാനാവുമെന്ന് ജനം തിരിച്ചറിഞ്ഞു.

ഈ സംഭവത്തോടെ ആലക്കാട്ടെ കാളീശ്വരം പ്രദേശം കർഷക സംഘത്തിന്റെ സിരാകേന്ദ്രമായി. അവിടെ സമ്മേളനങ്ങളും പഠനക്ലാസുകളും നിരന്തരം നടന്നു. ഇക്കാലത്തുതന്നെ കുഞ്ഞമ്പുവിനും ഇടപെടേണ്ടിവന്ന മറ്റൊരു സംഭവം കൂടിയുണ്ടായി. താഴെക്കാട്ട് മനയുടെ വകയായയുള്ള വെള്ളാടം പൊയിൽ പരിസരത്ത് ചെന്ന് സ്ത്രീകൾ തോലും വിറകും ശേഖരിക്കുമായിരുന്നു. കാലാകാലമായി നിർവ്വഹിച്ചുപോന്ന ഈ പതിവ് വിലക്കുവാൻ ജന്മിയുടെ കാര്യസ്ഥൻ തീരുമാനിച്ചു. തോലും വിറകും ശേഖരിക്കുവാനെത്തിയവരെ കാര്യസ്ഥൻ ഭീഷണിപ്പെടുത്തി. ചിലരെ മർദ്ദിക്കുകയും ചെയ്തു. തോലും വിറകും ശേഖരിക്കുന്നതിന് പ്രതിഫലം വേണമെന്നും കാര്യസ്ഥൻ ആവശ്യപ്പെട്ടു. സംഭവമറിഞ്ഞ കുഞ്ഞമ്പു അഭിനവഭാരത് യുവക് സംഘം പ്രവർത്തകരെ വിളിച്ചുകൂട്ടി പ്രശ്നം ചർച്ച ചെയ്തു. കാലാകാലമായി പാവപ്പെട്ടവർക്കുള്ള ജീവിത മാർഗ്ഗമാണിത്. കാടും പടലും ജന്മി നട്ടുപിടിപ്പിച്ചതല്ലെന്ന് കുഞ്ഞമ്പു പറഞ്ഞു. അവ ശേഖരിക്കുന്നതുകൊണ്ട് കാടിന് ദോഷം വരില്ല. ജന്മിക്കും നഷ്ടമില്ല. പിന്നെന്തിന് നിരോധനം ഏർപ്പെടുത്തണം. കർഷക സംഘത്തോടുള്ള വിരോധം തീർക്കാൻ തന്നെ. കുഞ്ഞമ്പുവിന്റെ നേതൃത്വത്തിൽ ജനം സംഘടിച്ച് താഴെക്കാട്ട് മനയിലേക്ക് മാർച്ച് നടത്തി. മനയ്ക്കലെത്തിയ ജനങ്ങളെ കണ്ട് ജന്മിത്തമ്പുരാട്ടി പുറത്തിറങ്ങി. എന്തുവേണമെന്നവർ ചോദിച്ചു. മനയ്ക്കലെ ജന്മിയെ കാണണമെന്ന് കുഞ്ഞമ്പു ആവശ്യപ്പെട്ടു. തമ്പുരാനില്ലെന്നുപറഞ്ഞ് കുഞ്ഞമ്പുവിനെയും പ്രവർത്തകരെയും മടക്കിയയക്കുവാൻ തമ്പുരാട്ടി ശ്രമിച്ചു. ഇതിനിടയിൽ ജന്മിയുടെ ഗുണ്ടാത്തലവൻ ആക്രോശിച്ചുകൊണ്ട് രംഗത്തെത്തി. കുഞ്ഞമ്പുവിന്റെ കൂടെ വന്ന കോരൻ പണിക്കർ ഗുണ്ടാത്തലവനെ നേരിട്ടു. പിടിവലിയായി. ഗുണ്ടാത്തലവനെ കോരൻ പണിക്കർ കൈപ്പിടിയിലൊതുക്കി. ഒടുവിൽ പ്രാണരക്ഷാർത്ഥം ഗുണ്ടാത്തലവൻ ഓടിപ്പോയി. കുഞ്ഞമ്പു ആ മുറ്റത്തുനിന്ന് മനയ്ക്കലുള്ളവർ കേൾക്കെ ഉറക്കെ പ്രഖ്യാപിച്ചു. "തോലും വിറകും പ്രതിഫലം തരാതെതന്നെ ഞങ്ങൾ കൊത്തിയെടുക്കും. തടുക്കാമെങ്കിൽ തടുത്തുകൊള്ളുക." ജാഥ പിരിഞ്ഞുപോയി. പിന്നീട് കാര്യസ്ഥൻ തടയാൻ വന്നില്ല.

പ്രകൃതിക്ഷോഭത്താൽ കാർഷിക വിളകൾ നശിക്കാനിടയായ കാലത്ത് ചിറയ്ക്കൽ കോവിലകത്തേക്ക് ജാഥ നയിച്ചതും കുഞ്ഞമ്പുവും സഖാക്കളുമാണ്. കൃഷി നശിച്ചപ്പോൾ വാരവും പാട്ടവും കൊടുക്കാൻ നിവൃത്തിയില്ലാതായി. ഇക്കാര്യം ചിറയ്ക്കൽ തമ്പുരാനെ അറിയിക്കാനാണ് ടി സി നാരായണൻ നമ്പ്യാർ, ഇ പി ഗോപാലൻ, പടിഞ്ഞാറത്ത് അച്യുതൻ അടിയോടി എന്നിവരുടെ കൂടെ എ വി കുഞ്ഞമ്പുവും കോവിലകത്തെത്തിയത്. കുഞ്ഞമ്പുവും ഇ പി ഗോപാലനുമാണ് പ്രശ്നങ്ങൾ അവതരിപ്പിച്ചത്. കൃഷി നശിച്ചവർ വാരവും പാട്ടവും ഇക്കുറി അളക്കേണ്ടതില്ലെന്ന് തമ്പുരാൻ അറിയിച്ചു. അക്രമപ്പിരിവുകൾ ഉപേക്ഷിക്കുമെന്നും അദ്ദേഹം പറഞ്ഞു. കരിവെള്ളൂരിലെ കർഷകർ സന്തോഷത്തോടെയായിരുന്നു വാർത്ത സ്വാഗതം ചെയ്തത്. ചിറയ്ക്കൽ തമ്പുരാൻ അക്രമപ്പിരിവ് വേണ്ടെന്നുവച്ചെങ്കിലും വേങ്ങയിൽ നായനാർ പിരിവു ഉപേക്ഷിക്കാൻ കൂട്ടാക്കിയില്ല. ഇതിനെതിരെ മാതമംഗലത്തേക്ക് ജാഥ നയിച്ചവരിലും മുന്നിൽ നിന്നത് കുഞ്ഞമ്പുതന്നെ. നായനാരോട് കാര്യം വിശദീകരിച്ചപ്പോൾ അദ്ദേഹം സമ്മതിച്ചു. മലബാറിലെ രണ്ടു പ്രമുഖ ജന്മിമാരിൽനിന്നും കർഷകസംഘം നേടിയ വിജയത്തിനു പിന്നിൽ എ വി കുഞ്ഞമ്പുവെന്ന നായകന്റെ അവസരോചിതമായ ഇടപെടലുണ്ടായിരുന്നു.

വിപ്ലവചൈതന്യത്തോടെ വളർന്നുവരുന്ന കർഷകപ്രസ്ഥാനം കർഷകരിൽ ആത്മവിശ്വാസം വളർത്തിക്കൊണ്ടിരുന്നു. അദ്ധ്വാനിക്കുന്ന കൃഷിക്കാർ അവർ കൈവശംവെക്കുന്ന പറമ്പിന്റെയും വയലിന്റെയും ഉടമാവകാശികളാകുന്ന കാലം വരുമെന്നുതന്നെ കുഞ്ഞമ്പു വിശ്വസിച്ചു. സംഘത്തെ ചോരയിൽ മുക്കിക്കൊല്ലാനുള്ള സർവ്വ അടവുകളും സാമ്രാജ്യത്വം സ്വീകരിക്കുകയുണ്ടായി. കള്ളക്കേസ്, കൂട്ടപ്പിഴ, ആചാരവിലക്ക്, ഒഴിപ്പിക്കൽ എന്നിങ്ങനെയുള്ള പ്രവർത്തനങ്ങൾ കൊണ്ട് സംഘത്തെ തകർക്കാമെന്ന് അധികാരികൾ വ്യാമോഹിച്ചെങ്കിലും അദ്ധ്വാനം കൈമുതലായ കർഷകമക്കൾ നെഞ്ചുകൊടുത്ത് ആത്മാഭിമാനവും സ്വാതന്ത്ര്യവും വീണ്ടെടുക്കുകയായിരുന്നു.

കാസർഗോഡ് താലൂക്കിൽ കർഷകസംഘം രൂപീകരിക്കുന്നതിലും മുന്നിൽനിന്നത് കുഞ്ഞമ്പുവായിരുന്നു. കൊടക്കാട് പ്രദേശത്താണ് സംഘത്തിന്റെ യൂണിറ്റ് ആദ്യം തുടങ്ങിയത്. കൊടക്കാട്ടെ നീലമന നമ്പൂതിരി കണ്ണിൽ ചോരയില്ലാതെ കർഷകരെ ദ്രോഹിച്ചിരുന്നു. ഇതു തടയണമെന്ന് കുഞ്ഞമ്പു നിശ്ചയിച്ചു. കെ എ കേരളീയനുമായി ബന്ധപ്പെട്ട് കർഷകരുടെ വിപുലമായ യോഗം കൊടക്കാട് വിളിച്ചുകൂട്ടി. സംഘടനയില്ലാതെ കർഷകർക്ക് രക്ഷകിട്ടില്ലെന്ന് നേതാക്കൾ ബോധ്യപ്പെടുത്തി. ആ സമ്മേളനത്തിൽവച്ചുതന്നെ കൊടക്കാട് കർഷകസംഘം രൂപീകരിച്ചു. താമസിയാതെ കാസർഗോഡ് താലൂക്ക് തലത്തിലും സംഘം രൂപീകൃതമായി. കൃഷിക്കാരെ സംഘടിപ്പിക്കുന്നത് ശ്രമകരമായ പ്രവൃത്തിയായിരുന്നെന്ന് കുഞ്ഞമ്പു ഒരഭിമുഖത്തിൽ സൂചിപ്പിച്ചിരുന്നു. ജാതീയമായ തരംതിരി

വാണ് പ്രധാന പ്രശ്നമായിരുന്നത്. ജന്മിമാരുടെ ഒത്താശയോടെ കാസർഗോഡ് താലൂക്കിൽ 'ഗ്രാമസേവാസംഘം' രൂപീകരിച്ച് കർഷക സംഘം പ്രവർത്തനങ്ങളെ ചെറുക്കാനുള്ള നീക്കമുണ്ടായി. കർഷകസം ഘത്തിൽപ്പെട്ടവരെ ഒറ്റിക്കൊടുക്കുക, പൊലീസിന് നിർദ്ദേശം കൊടുക്കു ക, ജന്മിക്കാവശ്യമായ ഗുണ്ടകളെ സംഘടിപ്പിക്കുക തുടങ്ങിയവ 'ഗ്രാമ സേവാസംഘ'ത്തിന്റെ ലക്ഷ്യമായിരുന്നു. ചെറുവത്തൂരിൽ കർഷക സംഘം സമ്മേളനം നടന്നപ്പോൾ അത് പരാജയപ്പെടുത്താൻ ഗ്രാമസേവാ സംഘക്കാർ ശ്രമിക്കുകയുണ്ടായി. ജീവചരിത്രത്തിൽ ആ സന്ദർഭം എം എൻ കുറുപ്പ് വിവരിക്കുന്നതുനോക്കുക:

ഗ്രാമസേവാ സംഘക്കാർ കർഷകസംഘം നശിക്കട്ടെ എന്ന മുദ്രാ വാക്യം വിളിച്ചുകൊണ്ട് വരികയാണ്. അവർ ഈ സമ്മേളനപ്പന്ത ലിനുമുന്നിലൂടെ കടന്നുപോകുന്നത് സമ്മതിക്കാനാവില്ലെന്ന് കുഞ്ഞമ്പു പ്രഖ്യാപിച്ചു. അദ്ദേഹം കുറേ ചെറുപ്പക്കാരെയും കൂട്ടി ജാഥ വരുന്നവഴിയിൽ ചെന്നുനിന്നു. വഴിമുടക്കാതെ മാറിപ്പോക ണമെന്ന് കുഞ്ഞമ്പു കല്പിച്ചു. ഞങ്ങൾ മുന്നോട്ടു തന്നെ പോകു മെന്ന് 'ഗ്രാമസേവാസംഘ'ക്കാർ പറഞ്ഞു. തർക്കം മൂത്ത പ്പോഴേക്കും അടിപൊട്ടി. പൊരിഞ്ഞ അടി. അടികൊണ്ടവർ തിരി ച്ചോട്ടമായി. ഗ്രാമസേവാസംഘം നേതാവിനെ കുഞ്ഞമ്പു പിടികൂ ടി. കൊല്ലരുതെന്നും തിരിച്ചുപൊയ്ക്കൊള്ളാമെന്നും നേതാവറി യിച്ചു. കുഞ്ഞമ്പു നേതാവിനെയും അനുയായികളെയും ഓടിച്ചു വിടുകയായിരുന്നു.

കണ്ടില്ലമ്പു കണ്ണൂരിൽ നീ
തോക്കുപിടിച്ചൊരു പട്ടാളത്തെ
രാമ കോമ നീ കണ്ടില്ലേ.....
പൊലീസെല്ലാം ലാത്തിപിടിച്ചു.
കർഷകസംഘം സംഘോസംഘം
വേണ്ടാവേണ്ടാ നമ്മുടെ നാട്ടിൽ
പണ്ടില്ലാത്തൊരു കുണ്ടാമണ്ടി.

കർഷകസംഘത്തിനെതിരെ ഈ രീതിയിലുള്ള പാട്ടും അക്കാലത്ത് പ്രചരിച്ചിരുന്നു. എല്ലാ തടസ്സങ്ങളും മറികടന്ന് കർഷകസംഘം ജനങ്ങ ളുടെ ശക്തിയും ആവേശവുമായിത്തീരുകയായിരുന്നു.

കൃഷിക്കാരുടെ ജീവിതം തൊട്ടറിഞ്ഞ് പ്രവർത്തിക്കാനാണ് കുഞ്ഞമ്പു ശ്രമിച്ചത്. സ്വന്തം അവശതകളെന്തെന്ന് അവർക്കറിയില്ല. പണിയെടുക്കാൻ വിധിക്കപ്പെട്ട ഇരുകാലി മൃഗങ്ങളെന്നേ കരുതിയുള്ളൂ. അവരിൽ ഉണർവ്വും ഉത്സാഹവും കർത്തവ്യബോധവും വളർത്താൻ കുഞ്ഞമ്പു പാടുപെട്ടു. മലബാറിൽ ജന്മിത്തമുണ്ടായതെങ്ങനെയെന്ന് അദ്ദേഹം ജനങ്ങളെ പഠിപ്പിച്ചു. സ്വാതന്ത്ര്യസമരത്തിൽ കൃഷിക്കാർക്ക്

വിപ്ലവകരമായ കടമ നിർവ്വഹിക്കാനുണ്ടെന്ന് അദ്ദേഹം ബോദ്ധ്യപ്പെടു
ത്തി. മലബാർ കുടിയായ്മയെ സംബന്ധിച്ച പ്രശ്നം നാട്ടുകാരെ വളരെ
ലളിതമായി അദ്ദേഹം പറഞ്ഞു മനസ്സിലാക്കി. ലോകം യുദ്ധാന്തരീക്ഷ
ത്തിലേക്ക് നീങ്ങിയപ്പോൾ കുഞ്ഞമ്പു യുദ്ധവിരുദ്ധ പ്രചാരണത്തിൽ
സജീവമായി പങ്കുകൊണ്ടു. പ്രസംഗത്തിനിടയിൽ കവിതാശകലം ഉദ്ധ
രിക്കുന്നത് അദ്ദേഹത്തിന്റെ ശീലമായിരുന്നു. കയ്യൂരിൽ കർഷകസംഘം
യൂണിറ്റുണ്ടാക്കിയതും കുഞ്ഞമ്പുവിന്റെ സാന്നിദ്ധ്യത്തിലാണ്. ഒരു തുണ്ട്
ഭൂമിയെച്ചൊല്ലി കയ്യൂരിൽ കർഷകർ ഏറ്റുമുട്ടലിനൊരുങ്ങിയപ്പോൾ കർഷ
കസംഘം നേതാക്കളെത്തി ചർച്ചചെയ്ത് പരിഹരിക്കുകയായിരുന്നു. കയ്യൂ
രിൽവച്ച് കർഷകരുടെ ഒരു പൊതുയോഗം ചേർന്നപ്പോൾ അദ്ധ്യക്ഷ
പ്രസംഗം നടത്തിയത് കുഞ്ഞമ്പുവാണ്. ഒരു കവിത പാടികൊണ്ടാണ
ദ്ദേഹം തുടങ്ങിയത്. കവിതയിലൂടെ കർഷകസംഘത്തിന്റെയും *പ്രഭാതം*
പത്രത്തിന്റെയും പ്രചാരണവും നിർവ്വഹിക്കും. പത്രം പ്രചരിപ്പിക്കാത്ത
വൻ കർഷകസംഘം പ്രവർത്തകനാവില്ലെന്നദ്ദേഹം പറയും. കർഷക
സമ്മേളനം നടക്കുമ്പോഴെല്ലാം പുതിയ പുതിയ പാട്ടുകളും കവിതകളും
അവതരിപ്പിക്കണമെന്നദ്ദേഹം നിർദ്ദേശിക്കും. വായനശാലകളും അദ്ധ്യ
യനസമാജങ്ങളും സംഘടിപ്പിച്ച് പുതിയൊരു സാംസ്കാരിക ബോധം
വളർത്തുവാൻ കുഞ്ഞമ്പു പ്രയത്നിച്ചു. ഇതിനിടയിൽ മങ്കട–പള്ളിപ്പു
റത്ത് നടന്ന സമ്മർ സ്കൂളിലും അദ്ദേഹം സംബന്ധിച്ചു. കെ പി സി
സിയാണത് സംഘടിപ്പിച്ചത്. സമ്മർസ്കൂൾ ഗുരുകുലം മട്ടിലായിരുന്നു.
മുളയും ഓലയും കെട്ടിയുണ്ടാക്കിയ പന്തലിലാണ് ക്ലാസുകൾ നടന്നത്.
നൂറോളം പേർ അതിൽ പങ്കെടുത്തു. എല്ലാവരും നോട്ടുബുക്കും
പെൻസിലും കരുതിയിരുന്നു. ചരിത്രം, ധനശാസ്ത്രം, രാജ്യതന്ത്രം, ഭൂമി
ശാസ്ത്രം, ദേശീയസമരം, നാട്ടുരാജ്യസമരം, വിപ്ലവപ്രസ്ഥാനം, കർഷ
കത്തൊഴിലാളി ചരിത്രം എന്നിങ്ങനെയുള്ള വിഷയങ്ങളാണ് ക്ലാസിൽ
പരാമർശിച്ചത്. പ്രസംഗമത്സരം, ഉപന്യാസമത്സരം എന്നിവ ക്ലാസിൽ
പങ്കെടുത്തവർക്കായി നടത്തിയിരുന്നു. കെ പി സി സി ജനറൽ സെക്ര
ട്ടറി ഇ എം എസ്, സി എസ് പി ജനറൽ സെക്രട്ടറി കൃഷ്ണപിള്ളയും
ആദ്യാവസാനം ക്ലാസിലുണ്ടായിരുന്നു

1939 ഡിസംബർ മാസത്തിൽ പിണറായിയിലെ പാറപ്പുറത്ത് കമ്മ്യൂ
ണിസ്റ്റ് പാർട്ടി രൂപീകരണയോഗത്തിൽ കുഞ്ഞമ്പുവും പ്രധാനപങ്കാളി
യായിരുന്നു. കൃഷ്ണപിള്ളയുടെ കത്ത് ഒരാൾ കൊണ്ടുവരികയായിരു
ന്നു. 'പിണറായിയിൽ പാറപ്പുറത്ത് എത്തിച്ചേരണം' എന്ന് അതിൽ എഴു
തിയിരുന്നു. പിണറായി പാറപ്പുറത്ത് കുണ്ടാച്ചേരി കുഞ്ഞിരാമൻ മാസ്റ്റ
റുടെ വീട്ടിലാണ് കുഞ്ഞമ്പു എത്തിയത്. സന്ധ്യകഴിഞ്ഞ സമയം. കുറേ
പ്പേർ അങ്ങിങ്ങിരിപ്പുണ്ടായിരുന്നു. ചെത്തുതൊഴിലാളി വടവതി അപ്പ
ക്കുട്ടിക്കാണ് ഭക്ഷണത്തിന്റെ ചുമതല. പിണറായി സമ്മേളനത്തിന്റെ
ഉദ്ദേശ്യം കൃഷ്ണപിള്ള വിശദീകരിച്ചു. കോൺഗ്രസ് സോഷ്യലിസ്റ്റ് പാർട്ടി
ക്കാർ ഒന്നടങ്കം കമ്യൂണിസ്റ്റുപാർട്ടിയായി മാറി. പിണറായി സമ്മേളനം

കുഞ്ഞമ്പുവിന് പുതിയ ഉണർവ്വും ഉത്സാഹവും പകർന്നു. സാമൂഹ്യജീ വിതത്തെക്കുറിച്ചുള്ള നൂതന ചിന്താഗതികളുമായി അദ്ദേഹം കരിവെള്ളൂ രിൽ തിരിച്ചെത്തി. അവിടെ പാർട്ടി സെൽ രൂപീകരിച്ചത് കുഞ്ഞമ്പുവിന്റെ നേതൃത്വത്തിലാണ്. ആദ്യത്തെ സെൽ സെക്രട്ടറിയായതും അദ്ദേഹം തന്നെ. ശക്തിപ്പെട്ടുവരുന്ന കർഷകസംഘത്തെ എതിർത്തു തോല്പി ക്കാനുള്ള ജന്മി നാടുവാഴികളുടെ എല്ലാ ശിക്ഷണ മുറകളെയും അതി ജീവിക്കാൻ കുഞ്ഞമ്പുവിന്റെ നേതൃത്വത്തിൽ പ്രതിബദ്ധമായ പ്രവർത്ത നങ്ങൾ കാഴ്ചവച്ചു. മർദ്ദിത ജനത ഉയിർത്തെഴുന്നേല്ക്കുന്നതിനെക്കു റിച്ചാണ് എന്നും അദ്ദേഹം ചിന്തിച്ചത്. കരിവെള്ളൂരിൽ കുഞ്ഞമ്പു സംഘ ടിപ്പിച്ച ഒരു യോഗത്തിൽ പങ്കെടുക്കാൻ പോയ കാര്യം വിഷ്ണു ഭാരതീ യൻ സൂചിപ്പിക്കുന്നുണ്ട്. "എ വി കുഞ്ഞമ്പു അക്ഷമനായി കാത്തിരി ക്കുകയായിരുന്നു. ധാരാളം കൃഷിക്കാർ യോഗത്തിൽ പങ്കുകൊണ്ടിട്ടു ണ്ട്. എ വി യുടെ ജീവിതം ദുരിതപൂർണ്ണമാണ്. എന്നിട്ടും ഭക്ഷണത്തി നുള്ള ഏർപ്പാടെല്ലാം അവിടെ ചെയ്തിട്ടുണ്ട്. കെ പി ഗോപാലൻ പനി യായതുകൊണ്ട് രണ്ടുദിവസം അവിടെകൂടെ താമസിച്ചു." കരിവെള്ളൂ രിന്റെ പ്രബുദ്ധതയ്ക്ക് കാരണം എ വി കുഞ്ഞമ്പുവാണെന്നും വിഷ്ണു ഭാരതീയൻ പറയുന്നു. കാർഷിക പ്രശ്നങ്ങളെ അവരുടെ ഇടയിൽച്ചെന്ന് അനുഭവങ്ങളുടെ വെളിച്ചത്തിൽ പഠിക്കാൻ കുഞ്ഞമ്പുവിനു കഴിഞ്ഞു.

തൃക്കരിപ്പൂരിന് തെക്കുഭാഗത്തായി താമസിച്ചിരുന്ന ഒരു ജന്മിയോട് എ വി കുഞ്ഞമ്പു ഏറ്റുമുട്ടിയ കഥയും വിഷ്ണുഭാരതീയൻ വിവരിക്കു ന്നുണ്ട്. ജന്മി ക്രൂരനായിരുന്നു. കുടിയാന്മാരിൽനിന്ന് അക്രമപ്പിരിവുകൾ നിർബ്ബന്ധമായി ഈടാക്കും. നോമ്പുകാലത്ത് കാളക്കുട്ടി, പൂവൻകോഴി തുടങ്ങിയവ കാഴ്ചവെക്കണം. ഒരു നോമ്പുകാലത്ത് ഒരു കുടിയാൻ തിരു മുൽക്കാഴ്ചകളുമായി ചെന്നു. കാഴ്ചവസ്തുക്കളിൽ ഒന്നിന്റെ കുറവു ണ്ടായി കാളക്കുട്ടി. കാളക്കുട്ടിയില്ലെങ്കിൽ എട്ടുരൂപ നല്കണം എന്നതാണ് നിയമം. കുടിയാൻ കാളക്കുട്ടിയില്ലാത്തതുകൊണ്ട് എട്ടുരൂപ നല്കി. ജന്മിക്ക് അത് ബോധിച്ചില്ല. അക്കാലത്ത് ഒരു കാളക്കുട്ടിയെ വിലയ്ക്ക് വാങ്ങണമെങ്കിൽ മുപ്പത്തഞ്ചു രൂപ നല്കണമായിരുന്നു. എട്ടുരൂപ കഴിച്ച് ബാക്കി ഇരുപത്തേഴുരൂപ കൂടി തരണമെന്ന് ജന്മി കല്പിച്ചു. കുടിയാൻ ബാക്കി പണം കൊടുക്കാൻ തയ്യാറായില്ല. ഇതിന്റെ പേരിൽ ജന്മി പലത രത്തിലും ദ്രോഹിച്ചു. കുടിയാന്റെ വീട്ടുവളപ്പിനു ചുറ്റും വേലികെട്ടി. കിണ റ്റിൽനിന്ന് വെള്ളമെടുക്കുന്നത് നിരോധിച്ചു. വിവരമറിഞ്ഞ് എ വി കുഞ്ഞമ്പുവും വി വി കുഞ്ഞമ്പുവും സ്ഥലത്തെത്തി. കർഷകരുടെ ഒരു യോഗം വിളി ച്ചുകൂട്ടി. ജന്മിക്ക് ഒരു നിവേദനം സമർപ്പിച്ചു. ജന്മി കൂട്ടാക്കിയില്ല. ജന്മി യുടെ അനീതിക്കും അക്രമത്തിനുമെതിരെ പോരാടണമെന്ന് കുഞ്ഞമ്പു നിർദ്ദേശിക്കുകയായിരുന്നു. നമ്മൾ ജനിച്ചു വളർന്ന ഭൂമി നമ്മൾക്ക് അവ കാശപ്പെട്ടതാണെന്നാണ് അദ്ദേഹം വിശദീകരിച്ചു. കുടിയാനോട് ധിക്കാരം കാട്ടിയ ജന്മിയുടെ വയലിലും പറമ്പിലും ആരും പണിക്കു പോകരുതെ ന്നദ്ദേഹം പറഞ്ഞു. നേതാവിന്റെ നിർദ്ദേശം അക്ഷരംപ്രതി അനുസരി

ച്ചു. ജന്മിയുടെ പറമ്പുപണിയും വയൽപ്പണിയും നിലച്ചു. തോട്ടത്തിൽ ആരും ജോലിക്ക് പോയില്ല. കുരുമുളക് തോട്ടത്തിലും ആരും ചെന്നില്ല. വേണ്ടിവന്നാൽ കുടിയാന്റെ വീടിന്റെ ചുറ്റും കെട്ടിയതും കിണറ്റിനു ചുറ്റും കെട്ടിയതുമായ വേലി പൊളിച്ചുനീക്കുമെന്ന് കുഞ്ഞമ്പു പ്രഖ്യാപിച്ചു. ജന്മിക്ക് മുട്ടുകുത്താതെ നിവൃത്തിയില്ലായിരുന്നു. ജന്മിയുടെ മകനാണ് സന്ധിസംഭാഷണത്തിനെത്തിയത്. വേലി തങ്ങൾ തന്നെ പൊളിച്ചുമാ റ്റുമെന്നയാൾ വ്യക്തമാക്കി. പ്രശ്നം അതോടെ ഒത്തുതീരുകയും ചെയ്തു.

ഭക്ഷണക്ഷാമം കൊടുമ്പിരിക്കൊണ്ട കാലത്താണ് കുഞ്ഞമ്പു ഊണും ഉറക്കവുമില്ലാതെ പ്രവർത്തിച്ചത്. നാടാകെ പട്ടിണിയിലും പകർച്ചവ്യാധിയിലുമായി. ഒരു നേരത്തെ കഞ്ഞികിട്ടാതെ കുഞ്ഞുകുട്ടി കളും നിലവിളിക്കുന്നു, ഭീതിതമായ ആ കാലഘട്ടത്തെ മറികടക്കാൻ നിരവധി പ്രായോഗിക നിർദ്ദേശങ്ങൾ കർഷകസംഘവും കമ്യൂണിസ്റ്റു പാർട്ടിയും മുന്നോട്ടുവച്ചു. പൂഴ്ത്തിവയ്പും കരിഞ്ചന്തയും തടയണമെ ന്നായിരുന്നു പ്രധാന നിർദ്ദേശം. ഒപ്പം ഭക്ഷ്യോല്പാദനം വർദ്ധിപ്പിക്കയും വേണം. മിച്ചനെല്ല് സൊസൈറ്റിയിലേക്ക് കൊടുക്കുവാൻ ജന്മിമാരെ പ്രേരി പ്പിക്കണമെന്നതായിരുന്നു മറ്റു നിർദ്ദേശം. നിർദ്ദേശങ്ങൾ ജന്മിമാർ കാറ്റിൽ പറത്തിയപ്പോൾ കർഷക സംഘവും കമ്യൂണിസ്റ്റു പാർട്ടിയും ജാഗരൂക തയോടെ രംഗത്തിറങ്ങി. 1940 കളിൽ മലബാറിലാകെയുള്ള സമരങ്ങൾ ഇതിന്റെ ഭാഗമായിരുന്നു. ഈ സമരങ്ങളിൽ കൂടുതൽ തീക്ഷ്ണമായത് മൊറാഴ സംഭവമാണ്. ഒരു സബ് ഇൻസ്പെക്ടർ കൊല്ലപ്പെടാനിടയായ തിന്റെ പേരിൽ വടക്കെമലബാറിലാകെ പൊലീസ് നായാട്ട് നടത്തി. എ വി കുഞ്ഞമ്പു അടക്കമുള്ളവർ കേസിൽ പ്രതിയായി. അറസ്റ്റിനുള്ള വാറണ്ട് പുറപ്പെടുവിച്ചു. അതോടെ അദ്ദേഹം ഒളിവിൽ പോയി. തിരുവി താംകൂർ പാർട്ടി സെക്രട്ടറിയായത് ഒളിവു കാലത്താണ്. 1946 ൽ വാറണ്ട് പിൻവലിച്ചപ്പോൾ ഒളിവു ജീവിതം മതിയാക്കി. തുടർന്നാണ് കരിവെള്ളൂർ നെല്ല് തടയൽ നടക്കുന്നത്. കേസിൽ കുഞ്ഞമ്പു ഒന്നാം പ്രതിയായിരു ന്നു. കേസിൽ ശിക്ഷിക്കപ്പെട്ട് 1950 വരെ ജയിൽവാസം അനുഭവിച്ചു.

കമ്യൂണിസ്റ്റ് പാർട്ടി മലബാർ കമ്മിറ്റി സെക്രട്ടറി, കണ്ണൂർ ജില്ലാ സെക്രട്ടറി, സംസ്ഥാന കമ്മിറ്റി അംഗം, സെക്രട്ടറിയേറ്റ് മെമ്പർ, ദേശീയ കൗൺസിൽ അംഗം എന്നീ സ്ഥാനങ്ങൾ അദ്ദേഹം വഹിക്കുകയുണ്ടായി. 1964 ൽ ദേശീയ കൗൺസിലിൽനിന്നും ഇറങ്ങി വന്നവരിൽ കുഞ്ഞമ്പുവും പെടുന്നു

സി പി ഐ (എം) കണ്ണൂർ ജില്ലാ സെക്രട്ടറി, സ്റ്റേറ്റ് കമ്മിറ്റിയംഗം തുടങ്ങിയ നിലകളിൽ അദ്ദേഹം സേവനമനുഷ്ഠിച്ചു. മലബാർ കർഷക സംഘം സെക്രട്ടറി, അഖിലേന്ത്യാകിസാൻ സഭാ വർക്കിങ് കമ്മിറ്റി മെമ്പർ, ആൾ ഇന്ത്യാ കിസാൻ സഭാ ട്രഷറർ, കർഷകസംഘം സ്റ്റേറ്റ് വൈസ് പ്രസിഡന്റ് എന്നീ സ്ഥാനങ്ങളിലും അദ്ദേഹം പ്രവർത്തിച്ചു.

പ്രക്ഷോഭകനായ കുഞ്ഞമ്പു മികച്ച പാർലമെന്റേറിയനുമായിരുന്നു.

1957 ൽ അദ്ദേഹം രാജ്യസഭാമെമ്പറായി. ആദ്യമായി രാജ്യസഭയിലെ ത്തിയ കുഞ്ഞമ്പു ഹിന്ദിയിൽ നടത്തിയ പ്രസംഗം ശ്രദ്ധേയമായിരുന്നു. 1965, 1967, 1970 ഘട്ടങ്ങളിൽ കേരളനിയമസഭയിലേക്ക് പയ്യന്നൂരിൽ നിന്ന് അദ്ദേഹം തിരഞ്ഞെടുക്കപ്പെട്ടു. നിയമസഭയിൽ ജനകീയ പ്രശ്നങ്ങൾക്ക് പരിഹാരം കാണാൻ അദ്ദേഹം നടത്തിയ ഇടപെടലുകൾ പ്രശംസനീയ മായിരുന്നു.

1935 ൽ കർഷകസംഘം പ്രസിഡന്റായി തുടങ്ങിയ പൊതുപ്രവർത്ത നമാണ് കുഞ്ഞമ്പുവിന്റേത്. ജീവിതാന്ത്യംവരെ അദ്ദേഹം പാർട്ടിക്കും പ്രസ്ഥാനങ്ങൾക്കും വേണ്ടി നിലകൊണ്ടു. ഒരുനിമിഷം പോലും അട ങ്ങിയിരിക്കാനാവാത്തതായിരുന്നു അദ്ദേഹത്തിന്റെ പ്രകൃതം. സദാ ചടു ലതയാർന്ന കർമ്മകുശലത. കരിവെള്ളൂരിൽനിന്നും ദില്ലിയിലോളം എത്തി ച്ചത് ഈ അർപ്പണമനസ്സാണ്. പലതവണ അറസ്റ്റിലായി. പല കാലയ ളവിൽ ഒളിവിൽ കഴിഞ്ഞു. പൊലീസിന്റെ ക്രൂരമായ മർദ്ദനമേറ്റു. 1976 ൽ അടിയന്തരാവസ്ഥ കാലത്തും ജയിലിൽ കിടന്നു. പണിയെടുക്കുന്ന വരെക്കുറിച്ചാണ് അദ്ദേഹമെന്നും ചിന്തിച്ചത്. അവരുടെ ജീവിതം മെച്ച പ്പെടണം. മലബാറിലെ കർഷക പ്രസ്ഥാനത്തിന് പ്രവർത്തനമാതൃക യായത് കുഞ്ഞമ്പുവാണെന്നു പറയാം.

> സംഘടിക്കുക നിങ്ങൾ കൃഷിക്കാരെ,
> സംഘടിക്കുക നിങ്ങൾ കൂലിപ്പണിക്കരേ
> സങ്കടത്തിന് പോംവഴി കാണുവോളം
> സംഘടിച്ചു നിലയുറപ്പിക്കൂ...

എന്നാണ് കുഞ്ഞമ്പു ആഹ്വാനം ചെയ്തിരുന്നത്. ലക്ഷ്യബോധ ത്തെക്കുറിച്ചുള്ള വ്യക്തമായ ധാരണയും അത് പ്രയോഗത്തിൽ വരുത്താ നുള്ള ഉറച്ചമനസ്സുമാണ് അദ്ദേഹത്തെ ജനപ്രിയനാക്കിത്തീർത്ത്. 1964 ൽ പാർട്ടി പിളർന്നപ്പോൾ യാതൊരു സംശയവും കൂടാതെ അദ്ദേഹവും ഇറങ്ങിവന്നു. 1980 ജൂൺ എട്ടിന് ആ സമരജീവിതത്തിന് തിരശ്ശീല വീണു. തിരുവനന്തപുരത്ത് പാർട്ടി സ്റ്റേറ്റ് കമ്മിറ്റിയിൽ പങ്കെടുക്കവെ അസ്വസ്ഥത അനുഭവപ്പെട്ട അദ്ദേഹത്തെ മെഡിക്കൽ കോളേജിൽ പ്രവേശിപ്പിച്ചുവെ ങ്കിലും മരണത്തിലേക്ക് വഴുതിപ്പോവുകയായിരുന്നു.

11
എഴുത്തുകാരൻ

കുഞ്ഞമ്പുവിനെ എഴുത്തുകാരൻ എന്ന് വിശേഷിപ്പിക്കുന്നതിൽ പ്രസക്തിയുണ്ടോ എന്ന് ചോദിക്കുന്നവരുണ്ടാവാം. അദ്ദേഹം ചരിത്രഗ്രന്ഥങ്ങൾ രചിച്ചിട്ടില്ല. എന്നാൽ ചരിത്രസംഭവങ്ങളുമായി ബന്ധപ്പെട്ട അനേകം ലേഖനങ്ങളെഴുതിയിട്ടുണ്ട്. പത്രങ്ങളിലും സുവനീറുകളിലുമായി അവ ചിതറിക്കിടപ്പുണ്ട്. അദ്ദേഹത്തിന്റെ മകൻ ജയദേവന്റെ ഉടമസ്ഥതയിലുള്ള ഡിസംബർ ബുക്സ് *കയ്യൂരും കരിവെള്ളൂരും* എന്ന പേരിൽ അദ്ദേഹത്തിന്റെ ലേഖന സമാഹാരം പ്രസിദ്ധീകരിച്ചിട്ടുണ്ട്. കേരളത്തിന്റെ ചെറുത്തുനിൽപുകളുടെയും കുതിപ്പുകളുടെയും മുഴക്കമാണീ സമാഹാരത്തിൽ തുടിക്കുന്നത്. ജീവിതം പാവങ്ങൾക്കായി സമർപ്പിച്ച ആദർശധീരനായിരുന്നല്ലോ കുഞ്ഞമ്പു. പൊള്ളുന്ന അനുഭവങ്ങളെയാണ് അദ്ദേഹം വിവരിക്കുന്നത്.

ഇതിലെ ആദ്യത്തെ മൂന്നുലേഖനങ്ങൾ കയ്യൂർ സംഭവവുമായി ബന്ധപ്പെട്ടതാണ്. 'കേരള രാഷ്ട്രീയത്തിലെ അഗ്നിനക്ഷത്രം' എന്നാണ് കയ്യൂരിനെ അദ്ദേഹം വിശേഷിപ്പിക്കുന്നത്. ഏറെ എഴുതപ്പെട്ടതെങ്കിലും ഉറവവറ്റാത്ത സമര ചടുലതയാണ് കയ്യൂർ. അദ്ദേഹം വിവരിക്കുന്നു:

പ്രകൃതിയുടെ എല്ലാ സൗന്ദര്യവും ഇവിടെ, ഈ താഴ്‌വരയിൽ വഴിഞ്ഞൊഴുകുന്നുവോ എന്ന സന്ദേഹം കാഴ്ചക്കാരിലുളവാക്കുന്ന ഒരു ദൃശ്യപ്രകൃതിയാണ് കയ്യൂരിന്റേത്. തെക്കും വടക്കും ശ്യാമവനങ്ങൾ പുതച്ച കുന്നുകൾ. സമതലങ്ങളിൽ പീലിവിടർത്തിയാടുന്ന തെങ്ങിൻതലപ്പുകൾ. തലയുയർത്തി നിൽക്കുന്ന കമുകിൻതോപ്പുകൾ. നടുക്ക് ഗ്രാമഹൃദയംപോലെ സ്വച്ഛമായൊഴുകുന്ന കാര്യങ്കോട് പുഴ. മോഹിപ്പിക്കുന്ന ആ ഭൂസൗന്ദര്യത്തിന്റെ നിഷ്കളങ്കതയിൽ കൃഷിക്കാർക്കു നേരെയുള്ള ചൂഷണം ഒരു

തുടർക്കഥപോലെ തുടർന്നു. കയ്യൂരിന്റെ ചെളിപ്പാടങ്ങളിൽ കർഷ കന്റെ വിയർപ്പും രക്തവും മേലാളന്റെ പത്തായത്തിൽ ചെന്നു നിറയേണ്ട നെല്ലിനു വേണ്ടി ഉരുകിയുതിർന്നു.

കുഞ്ഞമ്പുവിന്റെ എഴുത്തിന് സവിശേഷഭംഗിയുണ്ട്. ചെറിയ വാക്കു കളിൽ കാര്യങ്ങൾ അവതരിപ്പിക്കുന്നതാണ് അദ്ദേഹത്തിന്റെ രീതി. കയ്യൂ രിനെ അടുത്തറിഞ്ഞ നേതാവാണദ്ദേഹം. ജന്മി-നാടുവാഴികളുടെ ക്രൂര മായ ചൂഷണം അവിടെ നടക്കുകയായിരുന്നു. കനത്ത നികുതി പാവ പ്പെട്ടവന്റെ നട്ടെല്ലൊടിക്കുന്നു. ഇതിൽ നിന്നെല്ലാം മോചനം കൊതിച്ചാണ് കയ്യൂരിലെ കർഷകർ പോരാട്ടത്തിനിറങ്ങിയത്. കയ്യൂർ സമരം യാദൃച്ഛി കമായുണ്ടായതല്ലെന്ന് കുഞ്ഞമ്പു എഴുതുന്നു.

ഇന്ന് ചിലർ പറയുന്നതുപോലെ ഒരു യാദൃച്ഛികതയോ വെറും വികാരപ്രകടനമോ അല്ല, കയ്യൂർസമരം. ദാർശനികവും പ്രായോ ഗികവുമായ അടിയൊഴുക്കുകൾ അതിന് പിന്നിലുണ്ട്. ഒരു പൊലീ സുകാരൻ വധിക്കപ്പെട്ടു എന്നുള്ളതല്ല അതിന്റെ പ്രാധാന്യം. നൂറ്റാ ണ്ടുകളായി തങ്ങളുടെ മുതുകുകളിൽ ചൂഷണത്തിന്റെ പെരുംനു കമേറ്റി വച്ച നാടുവാഴി ജന്മിവർഗ്ഗത്തിനെതിരെയുള്ള ചെറുത്തു നില്പും സാമ്രാജ്യത്വത്തിനെതിരെയുള്ള പ്രതിരോധവും പ്രത്യാ ക്രമണവും കൂടിയാണ് കയ്യൂർ സമരം. സാമ്രാജ്യതശക്തികൾ യുദ്ധത്തിലേർപ്പെടുമ്പോൾ അത് ആഭ്യന്തരയുദ്ധമാക്കി മാറ്റി അധി കാരം പിടിച്ചെടുക്കണമെന്ന കമ്മ്യൂണിസ്റ്റു പ്രത്യയശാസ്ത്രത്തിന്റെ പ്രായോഗിക പരീക്ഷണത്തിന്റെ പ്രതീകാത്മകമായ പ്രവർത്തനാ നുഭവം കൂടിയാണ് ആ സമരം.

1940 സെപ്തംബർ 15 ന് മൊറാഴയിൽ നടന്ന കർഷകസമരം കയ്യൂ രിന് പ്രധാന പ്രചോദനകേന്ദ്രമായിരുന്നു. മൊറാഴ സംഭവത്തിനുശേഷം കുഞ്ഞമ്പു ഒളിവിൽ കഴിയുന്നത് കയ്യൂരിലാണ്. ആ ഗ്രാമത്തിന്റെ ഉള്ളറ കളിൽ കഴിഞ്ഞുകൊണ്ട് ഗതിവിഗതികൾ നേരിട്ടറിയാൻ അദ്ദേഹത്തിനു കഴിഞ്ഞു. നിത്യേന കയ്യൂരിന്റെ ഉൾപ്രദേശങ്ങളിൽ രാഷ്ട്രീയ ക്ലാസുകൾ നടന്നു. ജനങ്ങളെ ധീരരായ പോരാളികളാക്കി തീർത്തുകൊണ്ടിരുന്നു. കയ്യൂർ നാടിന് കരുത്തും ആത്മവിശ്വാസവും കൈവന്നു. അതിന്റെ പ്രക ടിതരൂപമായി വേണം സംഭവത്തെ വിലയിരുത്താൻ. സുന്ദരയ്യ രഹസ്യ മായി കയ്യൂരിൽ വന്നിരുന്നു. രാഷ്ട്രീയ നിലപാടുകൾ വിശദീകരിച്ചിരു ന്നു. പ്രവർത്തകരിൽ ആവേശം പകരാൻ ആ സന്ദർശനം ഇടവരുത്തി. സൈന്യങ്ങൾക്ക് നിർദ്ദേശം നല്കാനെത്തിയ സുപ്രീം കമാണ്ടറെ പോലെ യാണ് സുന്ദരയ്യയുടെ ആഗമനത്തെ കണ്ടത്. മൊറാഴയുടെ രക്തം തില പ്പിക്കുന്ന സ്മരണകൾ, നേതാക്കളുടെ ക്ലാസുകൾ, സുന്ദരയ്യയുടെ വരവ് ഇതെല്ലാം പ്രവർത്തകരുടെ കരുത്തും തന്റേടവും വർദ്ധിപ്പിച്ചു. അതിന്റെ ഗുണാത്മകവും വിജയകരവുമായ പര്യവസാനമായിരുന്നു കയ്യൂർ സംഭവം.

കയ്യൂരിലെ ധീരരക്തസാക്ഷികളെ അദ്ദേഹം അനുസ്മരിക്കുന്നതു നോക്കു.

കയ്യൂരിന്റെ നാല് പൊന്നോമനകൾ, പലരും ജീവിതം ജീവിച്ചു തുട ങ്ങിയിട്ടില്ലാത്തവർ. ഒരു നൂറു സ്വപ്നങ്ങളും പ്രതീക്ഷകളും സാഫല്യം കൈവരുത്താതെ ഉപേക്ഷിച്ച് പോയവർ. കഴുമരത്തിൽ നിന്നും നീണ്ടുവന്ന കൊലക്കയർ മുറുകുമ്പോഴും പ്രാണഞരമ്പു കളിൽ ജീവൻ സംശയത്തോടെ തെന്നിമാറുന്ന മുഹൂർത്തത്തിലും 'ഇങ്കിലാബ് സിന്ദാബാദ്' എന്ന വിപ്ലവമന്ത്രമുരുക്കഴിച്ചു കൊണ്ട് സ്വാതന്ത്ര്യത്തിന്റെയും ചൂഷണവിരുദ്ധസമരത്തിന്റെയും പവിത്ര മായ ബലിക്കല്ലിൽ സ്വന്തം ജീവിതങ്ങൾ കുരുതി നല്കി. അവ രുടെ കുരുതിച്ചോരയൊഴുകിയ കേരളത്തിന്റെ മണ്ണിൽനിന്നും ജന്മി നാടുവാഴിവർഗ്ഗവും അവരുടെ ചൂഷണവും പൂർണ്ണമായി തുടച്ചു നീക്കപ്പെട്ടു. കയ്യൂരിന്റെ ഓമനകൾ, സ്വന്തം ജീവനർപ്പിക്കുമ്പോഴും അവരെ നയിച്ച ആദർശത്തിന്റെ അത്യുന്നത പരിശുദ്ധിയെ പുണർന്നു. മഹത്തായ ആദർശമല്ലാതെ മറ്റൊരു സ്വാർത്ഥതയും താല്പര്യവും അവരെ തീണ്ടിയില്ല. സ്ഥാനമാനങ്ങൾക്കോ പദവി കൾക്കോ സാമ്പത്തിക ലാഭത്തിനോ അല്ല അവർ പോരാടിയത്. തങ്ങൾ സ്നേഹിക്കുന്ന മണ്ണിന്റെയും ആ മണ്ണിലെ മനുഷ്യരു ടെയും മോചനത്തിനു വേണ്ടിയും മാനവസമുദായത്തിന്റെ മഹ ത്തായ പുനഃസൃഷ്ടിക്കു വേണ്ടിയും ആ വിപ്ലവകാരികൾ അന്ത്യം വരെ പോരാടി. വിപ്ലവത്തെക്കുറിച്ച് സൊള്ളുപറഞ്ഞു നടക്കുന്ന വായാടികളായിരുന്നില്ല അവർ. സ്വന്തം ജീവിതം കുരുതികൊടുത്ത രണശൂരന്മാരാണ്.

മലബാറിലെ കാർഷിക പ്രശ്നങ്ങൾ പരാമർശിക്കുന്ന ലേഖനങ്ങളും കൃതിയിലുണ്ട്. കർഷകർക്ക് അവർ പണിയെടുക്കുന്ന ഭൂമി കിട്ടിയേ മതി യാവൂ എന്ന് കുഞ്ഞമ്പു എഴുതുന്നു. നഗരത്തിൽ കഴിയുന്നവർക്ക് കർഷ കരുടെ പ്രശ്നങ്ങൾ മനസ്സിലാവുകയില്ല. മലയോരങ്ങളിൽ പുനംകൃഷി ചെയ്യുന്നവരും വയലുകളിൽ കൃഷിയിറക്കുന്നവരും കടുത്ത നികുതിഭാരം കൊണ്ട് തളരുകയായിരുന്നു. പാടുപെട്ട് പണിയെടുക്കുന്ന കർഷകരുടെ ദയനീയ ജീവിതത്തിന് പരിഹാരം കാണേണ്ടതിന്റെ ആവശ്യകതയി ലേക്കും അദ്ദേഹം വിരൽചൂണ്ടുന്നു. തരിശുനിലം കൃഷിക്ക് വിട്ടുതരണ മെന്നാവശ്യപ്പെട്ട് കുത്താളിയിൽ നടത്തിയ സമരത്തെക്കുറിച്ചും കുഞ്ഞമ്പു വിവരിക്കുന്നു.

ഗ്രന്ഥത്തിലെ നാല് ലേഖനം കൃഷ്ണപിള്ളയെ കുറിച്ചുള്ളതാണ്. കുഞ്ഞമ്പുവിന്റെ രാഷ്ട്രീയ ജീവിതത്തെ ഇത്രമാത്രം സ്വാധീനിച്ച വേറൊരു വ്യക്തിയില്ല. ഉപ്പുസമരജാഥയിൽ പാട്ടുപാടിക്കൊണ്ടുനടന്നു വന്ന മെലിഞ്ഞുകറുത്ത മനുഷ്യൻ എങ്ങനെ തന്റെ ഹൃദയത്തിലെ മായാത്ത സാന്നിധ്യമായിത്തീർന്നു എന്നദ്ദേഹം വിവരിക്കുന്നു. വിപ്ലവ

ത്തിന്റെ ധീരപതാകയായി ഓർമ്മയിൽ കൃഷ്ണപിള്ള വളർന്നു നില്ക്കു
ന്നെന്ന് കുഞ്ഞമ്പു പറയുന്നു.

ഞാൻ കാടകത്ത് വനംസത്യഗ്രഹം നടത്തിക്കൊണ്ടിരിക്കുകയാ
ണ്. ആവശ്യമായത്ര വളണ്ടിയർമാരെ കിട്ടാതിരുന്നതുകൊണ്ട്
സമരം നിർത്തിവെക്കണോ എന്നാലോചിച്ചു വിഷമിക്കുമ്പോൾ
സഖാവുണ്ട് വരുന്നു. എരിപൊള്ളുന്ന വെയിലിൽ കൈയിലുള്ള
ഡയറിയുടെ തണലിൽ സഖാവ് നടന്നടുത്തുവന്ന് എന്നെ കെട്ടി
പ്പുണർന്നുകൊണ്ട് പറഞ്ഞു: "നമുക്കീ സമരം വ്യാപകമാക്കണം.
വിജയിപ്പിക്കണം."

ജയിലിൽ വച്ചാണ് കുഞ്ഞമ്പു വീണ്ടും കൃഷ്ണപിള്ളയെ കണ്ടത്.
പിന്നീട് കരിവെള്ളൂരിലെത്തിയ കുഞ്ഞമ്പു അഭിനവഭാരത് യുവക് സംഘ
ത്തിന് രൂപം നല്കി. അതിന്റെ വാർഷികത്തിന് കൃഷ്ണപിള്ള വന്നിരു
ന്നു. പിന്നീടൊരുനാൾ കൃഷ്ണപിള്ള കുഞ്ഞമ്പുവിനെ കാണാൻ കരി
വെള്ളൂരിലെത്തി. തീവ്രവാദത്തിലേക്ക് വഴിതെറ്റിപ്പോകുമായിരുന്ന കുഞ്ഞ
മ്പുവിനെ തിരുത്താനാണ് കൃഷ്ണപിള്ള എത്തിയത്. രാഷ്ട്രീയത്തിലെ
ത്രിമൂർത്തികളിലൊരാളായി കൃഷ്ണപിള്ളയെ കണക്കാക്കി. ഇ എം
എസും എ കെ ജിയുമാണ് മറ്റു രണ്ടുപേർ.

വിഷമഘട്ടങ്ങളിലെല്ലാം കരിങ്കല്ലുപോലെ ഉറച്ചുനിന്നുകൊണ്ട് ശത്രു
ക്കൾക്കെതിരായി പോരാടുക എന്നാണ് കൃഷ്ണപിള്ള ഉപദേശിച്ചത്. വിപ്ല
വത്തിന്റെ പുഞ്ചിരിയാണാമുഖത്ത് വിടരുക. ഏതു ചെറിയ സംഭ
വത്തെയും ദേശീയതലത്തിലേക്ക് ഉയർത്തിക്കൊണ്ടുവരാൻ അദ്ദേഹം
ശ്രമിച്ചു. പാപ്പിനിശ്ശേരിയിൽ ആറോൺ മില്ലിൽ സമരം നയിച്ച കൃഷ്ണ
പിള്ളയെ ഗുണ്ടകൾ ആക്രമിക്കുന്നുണ്ട്. ആശുപത്രിയിൽ പ്രവേശിപ്പിച്ച
കൃഷ്ണപിള്ളയെ കാണാൻ കുഞ്ഞമ്പു ചെന്നു...

സഖാവിനെ ആസ്പത്രിയിൽവെച്ചാണ് ഞാൻ കണ്ടത്. നെറ്റിയും
തലയും അടക്കിക്കെട്ടി ആസ്പത്രിയിൽ കിടക്കുന്ന സഖാവ്
എന്നെ കണ്ടപ്പോൾ പറഞ്ഞു. "സാരമില്ല." ആ അവശനിലയിലും
ചുണ്ടിൽ, കവിളിൽ മായാത്ത പുഞ്ചിരിയുണ്ടായിരുന്നു, വിപ്ലവ
ത്തിന്റെ പുഞ്ചിരി.

താൻ സ്വായത്തമാക്കിയ തത്ത്വശാസ്ത്രത്തിന്റെ വെളിച്ചത്തിലാണ്
കൃഷ്ണപിള്ള എന്നും സംസാരിച്ചത്. അതിന്റെ അടിസ്ഥാനത്തിൽ
പ്രവർത്തിച്ചു. തത്ത്വശാസ്ത്രത്തിൽ അഴുക്ക് പുരളാതിരിക്കാൻ വളരെ
ശ്രമിച്ചു. ചിന്താദാരിദ്ര്യമോ ചിന്താവാർദ്ധക്യമോ അദ്ദേഹത്തെ ബാധിച്ചി
ല്ല. തത്ത്വവും പ്രയോഗവും തമ്മിലുള്ള ഐക്യം അദ്ദേഹത്തിന്റെ
പ്രവർത്തനത്തിലെ ഒരു കലയായിരുന്നു.

സാഹിത്യത്തെയും കലയെയും പരാമർശിക്കുന്ന ലേഖനങ്ങളും
സമാഹാരത്തിലുണ്ട്. സാമൂഹിക പുരോഗതിയിൽ കലയ്ക്കും സാഹി

തൃത്തിനും വലിയ പങ്കുണ്ടെന്നദ്ദേഹം വിലയിരുത്തുന്നു. മാനവരാശി
യുടെ അപ്രതിരോധ്യമായ മുന്നേറ്റത്തിന് കലയും സാഹിത്യവും നിസ്തു
ലമായ സംഭാവനകൾ നല്കിയിട്ടുണ്ട്. കാലഘട്ടം ആവശ്യപ്പെടുന്ന കടമ
നിർവ്വഹിക്കാൻ കലാകാരന്മാർക്ക് കഴിയണം. രുചിഭേദമനുസരിച്ച്
സവർണ്ണ വിഭാഗത്തിന് ഉണ്ടെണീറ്റ് മുറുക്കുമ്പോൾ ആസ്വദിക്കാനുള്ള
സ്വകാര്യസ്വത്തായി കലകളെ മാറ്റാനുള്ള ശ്രമം നടന്നിരുന്നു. സവർണ്ണ
മേധാവിത്വത്തിന്റെ മുഖത്ത് ആഞ്ഞുചവിട്ടിക്കൊണ്ട് അവതരിപ്പിച്ച
ഓട്ടംതുള്ളലിനെക്കുറിച്ച് കുഞ്ഞമ്പു വിവരിക്കുന്നുണ്ട്. സവർണ്ണ വിഭാ
ഗങ്ങൾക്ക് മനസ്സിലാകുന്ന ഭാഷയല്ല എഴുത്തുകാർ ഉപയോഗിക്കേണ്ട
ത്. ലളിതവും കോമളവും ഒപ്പം ശക്തവുമാകണം. നാടകങ്ങൾ സാമൂ
ഹ്യമാറ്റത്തിൽ ചെലുത്തുന്ന സ്വാധീനവും കുഞ്ഞമ്പു പരാമർശിക്കുന്നു.

പൊരുതി ജീവിക്കുന്നവർക്ക് അനുകരണീയമായ വ്യക്തിത്വമാണ്
കുഞ്ഞമ്പുവിന്റേത്. കരിവെള്ളൂർ സമരത്തിന്റെ പടനായകനാണദ്ദേഹം.
ചെറുത്തുനില്പിന്റെയും കുതിപ്പിന്റെയും പര്യായം. സ്വജീവിതം കൃഷി
ക്കാർക്കും തൊഴിലാളികൾക്കും വേണ്ടി അദ്ദേഹം സമർപ്പിച്ചു. വടക്കെ
മലബാറിലെ കുഗ്രാമത്തിൽ പിറന്ന കർഷക ബാലൻ കേരളത്തിലെ
കർഷക-കമ്യൂണിസ്റ്റു പ്രസ്ഥാനങ്ങളുടെ അമരക്കാരനായ കഥയാണ്
എ വി കുഞ്ഞമ്പുവിന്റെ ജീവിതം പറയുന്നത്.

രചനയ്ക്ക് സഹായമായവ

1. എ വി കുഞ്ഞമ്പു   – എം എൻ കുറുപ്പ്
2. ചോരയും കണ്ണീരും നനഞ്ഞ വഴികൾ – ദേവയാനി
3. കരിവെള്ളൂർ   – കരിവെള്ളൂർ മുരളി
4. കരിവെള്ളൂരിന്റെ ഇന്നലെകൾ – ഗ്രാമപഞ്ചായത്തിന്റെ ചരിത്രം
5. കരിവെള്ളൂർ സമരം 60-ാം വാർഷിക സുവനീർ
6. വടക്കൻ പെരുമ   – എ ഡി സി ബാലൻ
7. കയ്യൂരും കരിവെള്ളൂരും   – എ വി കുഞ്ഞമ്പു
8. കണ്ണൂർ ജില്ല കമ്യൂണിസ്റ്റു പാർട്ടി ചരിത്രം– സഞ്ചിക 1
9. പി കൃഷ്ണപിള്ളയുടെ ലേഖനങ്ങൾ